കടൽച്ചൊരുക്ക്

kadalchorukku
stories

•

c anoop

•

first chintha edition
march 2020

•

typesetting
sreebhadra, thiruvananthapuram

•

published
chintha publishers, thiruvananthapuram

•

•

cover
vinod mangoes

•

Distribution
DESHABHIMANI BOOKHOUSE
H O Thiruvananthapuram 695035
phone: 0471-2303026, 6063026
Email: chinthapublishers@gmail.com
Website: www.chinthapublishers.com

Branch
Head Office Kunnukuzhi • Statue Thiruvananthapuram • KSRTC Bus Station Alappuzha • KSRTC Bus Station Ernakulam • Machingal Lane Thrissur • IG Road Kozhikode • Mavoor Road Kozhikode • NGO Union Building Kannur • Central Bus Terminal Complex Thavakkara Kannur

---

CO - 2927 / 5242
ISBN - 978-93-89410-85-3

കടൽച്ചോരുക്ക്

സി അനൂപ്

ചിന്ത പബ്ലിഷേഴ്സ്
തിരുവനന്തപുരം-695 035

സി അനൂപ്

ആലപ്പുഴ ജില്ലയിലെ ചുനക്കരയിൽ ജനിച്ചു. *വിശുദ്ധയുദ്ധം* എന്ന നോവലും *പ്രണയത്തിന്റെ അപനിർമ്മാണം, പരകായ പ്രവേശം, നെപ്പോളിയന്റെ പൂച്ച, ഇ എം എസും ദൈവവും, മൂന്നുകാലങ്ങൾ* എന്നീ കഥാസമാഹാരങ്ങളും *നരിമാൻ പോയിന്റ്* എന്ന യാത്രാവിവരണവും പ്രസിദ്ധീകരിച്ചിട്ടുണ്ട്. *ലാൽസലാം* (ഇ എം എസ് അനുഭവം: യോജിച്ചും വിയോ ജിച്ചും), *അരുന്ധതിയുടെ അത്ഭുതലോകം* (അരുന്ധതി റോയി) എന്നീ പുസ്തകങ്ങൾ എഡിറ്റു ചെയ്തു. ഇരുപ ത്തഞ്ചു വർഷമായി വിവിധ മാധ്യമങ്ങളിൽ ജോലി ചെയ്യു ന്നു. ഇപ്പോൾ ഏഷ്യാനെറ്റ് ന്യൂസിൽ; തിരുവനന്തപുരത്ത്.

വിലാസം   :   ഫ്ളാറ്റ് നം: 201
                  പ്രശാന്ത് നഗർ
                  ഫോർട്ട് പി ഒ
                  തിരുവനന്തപുരം – 23.
ഫോൺ   :   9846171796
ഇമെയിൽ   :   canoopmalayalam@gmail.com

ഉള്ളടക്കം

പ്രസാധകക്കുറിപ്പ്

ചെറുകഥയുടെ വ്യവസ്ഥാപിത രീതിശാസ്ത്രത്തെ നിരാ കരിക്കുന്ന കഥകളാണ് സി അനൂപിന്റേത്. ആദി മദ്ധ്യാന്ത പ്പൊരുത്തമുള്ളതും ലളിതമായ സന്ദേശം നല്കലും വായ നക്കാരനെ പ്രക്ഷുബ്ധനാക്കുന്നതുമായ രചനാശൈലിയ ല്ല, മറിച്ച് ഐറണിയുടെയും ഫാന്റസിയുടെയും റിയലിസ ത്തിന്റെയുമൊക്കെ അംശങ്ങളോടെ 'കാലികമായ' ചില യാഥാർത്ഥ്യങ്ങളെ അടയാളപ്പെടുത്തുന്നവയാണ് അനൂ പിന്റെ കഥകൾ. മലയാള ചെറുകഥാരംഗത്തെ സൗമ്യസാ ന്നിദ്ധ്യമായ അനൂപിന്റെ അസാധാരണ രചനാകൗശലം പ്രകടമാകുന്ന കടൽച്ചൊരുക്ക് വായനക്കാരനെ പുതിയൊരു ലോകത്തേക്ക് നയിക്കാൻ പര്യാപ്തമാണ്.

ചിന്ത പബ്ലിഷേഴ്സ്

ചെറുകഥയിലെ സ്വരവൈവിധ്യം

ഡോ. കെ എസ് രവികുമാർ

സമകാലിക മലയാള ചെറുകഥയിൽ ഒരുപാട് വ്യത്യസ്ത സ്വര ങ്ങളുണ്ട്. പ്രമേയത്തിന്റെയും ആഖ്യാനത്തിന്റെയും തലത്തിലുള്ള വൈവിധ്യ സാദ്ധ്യതകളെ അവ സാക്ഷാൽക്കരിക്കുന്നു. സി അനൂപിന്റെ *കടൽച്ചൊരുക്ക്* എന്ന സമാഹാരത്തിലെ കഥകൾക്കും ഈ സ്വഭാവമുണ്ട്. അവ മലയാള ചെറുകഥയുടെ ചില ആനുകാലിക മുഖരേഖകളെ ആവി ഷ്കരിക്കുന്നു.

ചെറുകഥകളും ചെറിയ കഥകളുമായി പതിനെട്ടു രചനകളാണ് ഈ സമാഹാരത്തിൽ. ദൈർഘ്യത്തിന്റെയും രൂപഘടനയുടെയും അടിസ്ഥാ നത്തിൽ ചെറുകഥയുടെ സാമാന്യരീതി പുലർത്തുന്നവയാണ് ഒരിനം. താരതമ്യേന ദൈർഘ്യം കുറഞ്ഞ, സന്ദിഗ്ദ്ധമായ ജീവിതബിന്ദുക്കളെ ആവിഷ്കരിക്കുന്ന ചെറിയ കഥകൾ മറ്റൊരിനം. 'ഒന്നാം പാഠം', 'കൊതു കിന്റെ ആത്മകഥയിൽ നിന്നൊരേട്', 'ജലവാഹിനി', 'പൂച്ച' തുടങ്ങിയവ ആ ഗണത്തിൽപ്പെടുന്നു. രണ്ടിനത്തിലായാലും രചനകൾ യഥാതഥാഖ്യാ നത്തിന്റെ വഴിയിലൂടെ മുന്നേറുമ്പോഴും ഏറിയോ കുറഞ്ഞോ ഭ്രമാത്മ കതയുടെ സാദ്ധ്യതകളിലേക്ക് ചുവടുവയ്ക്കുന്നുണ്ട്.

'കുട്ടിക്കാലം' എന്ന ചെറുകഥ, ഓണാട്ടുകരയുടെ പ്രതീതി നല്കുന്ന ഗ്രാമാന്തരീക്ഷത്തെ പശ്ചാത്തലമാക്കി, കൗമാരത്തിലേക്ക് കടക്കുന്ന സ്കൂൾ കുട്ടികളുടെ ആൺ പെൺ ബന്ധത്തിന്റെ ചില വൈകാരികതല ങ്ങളെ ഭൂതകാലസ്മൃതി രൂപത്തിൽ ആവിഷ്കരിക്കുന്നു. മാനസികമായ മുതിർച്ചയുടെ അനുഭവങ്ങളെ അവതരിപ്പിക്കുന്ന ഈ കഥയിൽ അസ്പ ഷ്ടമായ ലൈംഗികതയുടെയും ഗൃഹാതുരത്വത്തിന്റെയും ഈഴകളുണ്ട്.

'മനുഷ്യാലയ ചന്ദ്രിക'യിൽ സമകാലിക കേരളത്തിലെ നാഗരിക മായ ഒരു അണുകുടുംബത്തിന്റെ കേന്ദ്രത്തിൽ വർത്തിക്കുന്ന ചന്ദ്രിക എന്ന യുവതിയായ വീട്ടമ്മയാണുള്ളത്. വീട് എന്ന വാസ്തുമണ്ഡലത്തിൽ കുടുംബവ്യവസ്ഥയുടെ നൂലാമാലകളിൽ കുടുങ്ങിക്കഴിയുന്ന ചന്ദ്രിക യുടെ ഒരു ദിവസത്തെ അനുഭവത്തിന്റെ ചിത്രമാണത്. ഈ കഥയുടെ

ശീർഷകം പ്രകടമാക്കുന്ന പാഠാന്തരബന്ധം ശ്രദ്ധേയമാണ്. വാസ്തുവി
ദ്യയെ സംബന്ധിച്ച ഒരു പഴയഗ്രന്ഥമാണ് *മനുഷ്യാലയ ചന്ദ്രിക.* കഥയി
ലാകട്ടെ,'ചന്ദ്രിക എന്ന കഥാപാത്രത്തിന്റെ ആലയത്തിനുള്ളിലെ അനു
ഭവം എന്നതിലാണ് ഊന്നൽ. വീട് എന്ന വാസ്തുമണ്ഡലത്തിൽ നിറ
ഞ്ഞുനില്ക്കുന്ന വാസ്തുപുരുഷൻ എന്ന സങ്കല്പത്തിന്റെ അപരപാഠ
മായി പുതിയ കാലത്തെ അണുകുടുംബത്തിന്റെ ചാലകചക്രമായി വർത്തി
ക്കുന്ന സ്ത്രീയെ ഈ കഥ കേന്ദ്രീകരിക്കുന്നു.

ദൃശ്യമാധ്യമങ്ങളിൽ പ്രവർത്തിക്കുന്നവരുടെ ജീവിതത്തിൽ ഊന്നി
ആ മേഖലയുടെ പിന്നാമ്പുറങ്ങളും യാഥാർത്ഥ്യങ്ങളും പശ്ചാത്തലമാക്കി
ശരീരത്തെയും ലൈംഗികതയെയും സംബന്ധിച്ചുള്ള ചില കാഴ്ചകളും
കാഴ്ചപ്പാടുകളും അവതരിപ്പിക്കുന്ന കഥയാണ് 'പ്രിവ്യൂ.' ലൈംഗികത
യെക്കുറിച്ചുള്ള ചില സമീപനങ്ങൾ ഈ കഥയിൽ മാത്രമല്ല, ഈ സമാ
ഹാരത്തിലെ പല രചനകളിലും അടിയൊഴുക്കായുണ്ട്. 'നീല ജലാശയം',
'മെഴുക്കു പുരണ്ട കസേര' തുടങ്ങിയവയിലൊക്കെ അതുണ്ട്. 'അറവു
ശാല'യിലും 'പിയാനോ'യിലും 'തത്സമയ സംപ്രേക്ഷണ'ത്തിലുമൊക്കെ
സ്വവർഗ ലൈംഗികതയും കടന്നുവരുന്നുണ്ട്.

മിക്കവാറും ഉറങ്ങിക്കിടന്നാലും ചില അപ്രതീക്ഷിത മുഹൂർത്തങ്ങളിൽ
ജ്വലിച്ചുണരുകയും സമൂഹത്തിൽ പൊള്ളലേല്പിക്കുകയും ചെയ്യുന്ന
സാമുദായിക കലാപങ്ങളുടെയും അതിന്റെ മറവിൽ ദംഷ്ട്രകൾ വെളി
വാക്കുന്ന ഹിംസയുടെയും മുഖങ്ങളാണ് *കടൽച്ചൊരുക്ക്* എന്ന കഥയിലുള്ളത്.
ഈ സമാഹാരത്തിലെ വൃത്യസ്തത പുലർത്തുന്ന ഒരു രചനയാണത്.

കേരളത്തെയും ഗാഢമായി ബാധിച്ച ഒരു പ്രകൃതിദുരന്തമായ സുനാ
മിയുടെ പശ്ചാത്തലത്തിൽ, കടൽത്തീരത്തെ ഒരു വീട്ടിലെ ബുദ്ധിമുട്ടറി
യാതെ ജീവിക്കുന്ന ഒരാൺകുട്ടിയുടെ ജീവിതം നേരിടുന്ന ദുരിതങ്ങ
ളുടെയും യാതനകളുടെയും ആഖ്യാനമാണ് 'പിയാനോ.' സുനാമിയിൽ
വീടും അച്ഛനമ്മമാരും നഷ്ടപ്പെട്ട് നഗരത്തിൽ അഭയം തേടി എത്തിയ
അവന് അനുഭവിക്കേണ്ടി വന്ന ഇരുണ്ടുനാറിയ അനുഭവങ്ങളാണ് അതിൽ.
അവയെ അതിജീവിച്ച് വീണ്ടും സ്വന്തം വീടു നിന്ന ഇടത്തെത്തുമ്പോൾ
കാത്തിരുന്ന ശൂന്യതയുടെ അനുഭവവും അവിടെ നിന്ന് കിട്ടുന്ന ബാല്യ
സ്മരണയുണർത്തുന്ന കളിപ്പാട്ടമായ പിയാനോയും കൂടുതൽ ഹൃദയ
സ്പർശിയായി അവതരിപ്പിച്ചിട്ടുണ്ട്.

രാഷ്ട്രീയാക്ഷേപഹാസ്യം പ്രമേയത്തിന്റെയും ആഖ്യാനത്തിന്റെയും
തലങ്ങളിൽ തനിമയോടെ ആവിഷ്കരിച്ചിട്ടുള്ള ഈ കഥാകൃത്ത്, ആ
ഗണത്തിൽ പെട്ട ഒരു കഥയേ ഈ സമാഹാരത്തിൽ ഉൾപ്പെടുത്തിയിട്ടുള്ളൂ.
'തത്സമയ സംപ്രേക്ഷണം' എന്ന ആ കഥ സമകാലിക കേരള രാഷ്ട്രീ
യത്തിലെ ചില പരിചിതമുഖങ്ങളുടെ കാർട്ടൂൺ ചിത്രമായി മാറുന്നു. ഈ
രീതിയിലുള്ള ആഖ്യാനത്തിന്റെ ചില ചീളുകൾ മറ്റു ചില കഥകളിൽ
ഇടയ്ക്ക് കലർന്നു വരുന്നുണ്ട്.

ഈ കഥകളിൽ പുലരുന്ന വൃത്യസ്തതകൾക്കിടയിലും പൊതുവായി
തുടരുന്ന ചില ആഭിമുഖ്യങ്ങളുണ്ട്. അതിൽ പ്രധാനം ശരീരകാമന എന്ന
നിലയിൽ ലൈംഗികതയെ പ്രശ്നവല്ക്കരിക്കാനുള്ള ശ്രമമാണ്. മറ്റൊന്ന്
ആഖ്യാനതലത്തിൽ, നർമ്മത്തിന്റെയും ഐറണിയുടെയും സ്വരഘടന
യിലൂടെ പ്രതീതമാക്കുന്ന ലാഘവത്വവും. അത് പലപ്പോഴും ഈ കഥ
കൾക്ക് ഒരു സ്വാഛന്ദ്യം നല്കുന്നു.

കുട്ടിക്കാലം

വല്യപരീക്ഷയുടെ റിസൽട്ട് ഹെഡ്മാസ്റ്ററുടെ മുറിക്കുമുന്നിൽ പ്യൂൺ പതിപ്പിച്ചു. ഏഴാം ക്ലാസിലെ പിൻബെഞ്ചുകാരായ മൂന്നു കൂട്ടു കാർ – രഘു, മധു, ഉണ്ണി എന്നിവർ ഒട്ടും തിടുക്കം കാട്ടാതെ റിസൽട്ട് പരിശോധിച്ചു. മുൻബെഞ്ചുകാരായ സഹപാഠികൾ ഒരിരമ്പലോടെ 7 'എ' യുടെ റിസൽട്ട് നോക്കി. പ്രസന്നയും അജിതയും സുഷമയും ജയല ക്ഷ്മിയും അനിതയും ഒരു സംഘമാണ്. മുട്ടറ്റമുള്ള പാവാടയും പുള്ളി യുടുപ്പുമാണ് അജിതയുടെ വേഷം. മറ്റുള്ളവരുടെ വേഷത്തിലേക്കൊന്നും ഉണ്ണി നോക്കിയില്ല.

റിസൽട്ട് നോക്കി ആഹ്ലാദവതിയായി നടന്നുവരുന്ന അജിതയുടെ ഓളം തല്ലുന്ന മുടിയുടെ സമൃദ്ധിയിലേക്കു നോക്കിയ ഉണ്ണി അത്ഭുത പ്പെട്ടു. മുടി മിന്നിത്തിളങ്ങുന്നത് അജിതയുടേതുമാത്രം – അവളുടെ ചിരി പോലെ. ഉണ്ണിയുടെ കൈയിൽ രഘു അമർത്തി. മധു അപ്പോഴേക്കും റിസൽട്ടിനു താഴെയെത്തിയിരുന്നു. ജയിച്ചവരെയും തോറ്റവരെയും മാറി മാറി നോക്കിക്കൊണ്ട് ഉണ്ണി രഘുവിനടുത്തേക്കു നടന്നു. നാല്പഞ്ഞാൻ പതുപേരിൽ തോറ്റവർ ഏഴ്. അതിൽ രഘുവും മധുവുമുണ്ട്. പിൻബെ ഞ്ചിൽനിന്നു ജയിച്ചത് ഉണ്ണി മാത്രം.

ഉണ്ണി രഘുവിന്റെയും മധുവിന്റെയും കണ്ണുകളിലേക്കുനോക്കി. "അജിതേം സുഷമേം ഇപ്പം അന്നമ്മസാറിന്റെ വീടിന്റവിടെ എത്തിയിട്ടു ണ്ടാകും. നമുക്കൊന്ന് ഒത്തുശ്രമിച്ചാൽ ഈരിക്കമൂലയിൽവെച്ച് അവരെ കാണാം." മധു പറഞ്ഞു. "എന്തിന്?" ഉണ്ണി ചോദിച്ചു. സതീർത്ഥ്യരുടെ തോല്വിയിൽ മനംനൊന്ത് ഉണ്ണി നിന്നു. എന്നാൽ രഘുവിനും മധുവിനും യാതൊരു സങ്കടവുമുണ്ടായിരുന്നില്ല. "അല്ലേലും ഞാൻ സ്കൂളിപ്പോക്ക് നിർത്താൻ പോകുവായിരുന്നു. അപ്പനൊപ്പം കല്ലുവെട്ടു പഠിക്കാൻ പോകു ന്നതാ നല്ലത്. പഠിച്ചു വില്ലേജാഫീസിലൊക്കെ എന്നു ജോലി കിട്ടാനാ."

മധു അതിനോടു യോജിച്ചു. "അമ്മയെ കറ്റമെതിയിലും കൊയ്ത്തിലും ഒരു കൈ സഹായിക്കണം. അതിന് ഈ ഏഴാം ക്ലാസുവരെയുള്ള പഠിപ്പൊക്കെ മതി. ഉണ്ണി പഠിച്ച് ഒരു വല്യ ഡോക്ടറോ മറ്റോ ആയാ, അപ്പോ ഞങ്ങൾക്ക് വെറുതെ മരുന്നുവെള്ളോം ഗുളികേം തന്നാ മതി." മധു ഏഴാം ക്ലാസിലെ ഒരു പുസ്തകം കലക്കവെള്ളത്തിലേക്കു വലിച്ചെറിഞ്ഞു.

ഉണ്ണി വേഗം നടന്നു, തൊട്ടുപിന്നിൽ രഘുവും മധുവും. ഈരിക്കമൂലയുടെ നടവരമ്പെത്തുംവരെ ഉണ്ണി ഒന്നും സംസാരിച്ചില്ല. എന്തു സംസാരിക്കാനാണ്. ആറു വർഷമായി. 'എ' ഡിവിഷനിൽ പിൻബെഞ്ചുകാരായ പ്രിയപ്പെട്ട കൂട്ടുകാരാണു തോറ്റിരിക്കുന്നത്. ക്രിസ്തുമസ് പരീക്ഷയുടെ പ്രോഗ്രസ് റിപ്പോർട്ട് തന്ന ദിവസം സാറാമ്മസാർ പറഞ്ഞതുപോലെ സംഭവിച്ചു. "ഉണ്ണീടെ രണ്ടു വശോമിരിക്കുന്നവരെ വരും വർഷോം ഞാൻ പഠിപ്പിക്കേണ്ടി വരും." മറ്റുള്ളവർ ചിരിയോടെ തിരിഞ്ഞുനോക്കി. സാറാമ്മ സാർ പകതീർത്തതൊന്നുമല്ല. നാല്പത്തെട്ട്, നാല്പത്തൊൻപത് എന്നീ സ്ഥാനക്കാരായിരുന്നു രഘുവും മധുവും. വേറെ അഞ്ചു പേർകൂടി തോറ്റ പട്ടികയിലുണ്ട്. ആ കൂട്ടത്തിൽ ഹമീദ് സാറിന്റെ മകൻ ജാഫറുമുണ്ടല്ലോ. ഒരുനിമിഷം ഉണ്ണി താനും തോറ്റിരുന്നെങ്കിലെന്ന് ആഗ്രഹിച്ചു. രഘുവും മധുവുമില്ലാത്ത ഒരു ക്ലാസ് മുറിയെപ്പറ്റി ഉണ്ണിക്ക് സങ്കല്പിക്കാനാകുമായിരുന്നില്ല. മൂത്രമൊഴിക്കാനും പറങ്ങാണ്ടി പെറുക്കാനും നാട്ടുമാമ്പഴം കുലുക്കിയിടാനുമൊക്കെ എപ്പോഴും കൂടെയുണ്ടായിരുന്നവർ; സേവന വാരത്തിന് മറ്റുള്ളവരെ പിന്നിലാക്കി ഒരു കയ്യാലയുടെ പകുതിയും നിലം തല്ലികൊണ്ട് അടിച്ചുറപ്പിച്ച മൂവർസംഘം. അന്നാണ് ഹെഡ്മാസ്റ്റർ ഞങ്ങളെപ്പറ്റി നല്ല നാലു വാചകം പറഞ്ഞത്. "ഇവന്മാര് കയ്യാല വെട്ടിയെങ്കിലും കാലം കഴിക്കും." ഇങ്ങനെ പറഞ്ഞിട്ട് ഉണ്ണിത്താൻസാർ തുടർന്നു: "അപ്പൂണ്ണിക്കുറുപ്പിന്റെ മോന് അതിന് കെല്പില്ല. ആ രഘൂന്റേം മധൂന്റേം കൂട്ടത്തിൽനിന്ന് ഒരുപായപ്പണിയല്ലിയോ അവന്റേത്." അതിന് സാറാമ്മസ സാറാണ് മറുപടി പറഞ്ഞത്: "ഉണ്ണി പക്ഷേങ്കില് നല്ല മാർക്കുവാങ്ങി പാസാകും. പിൻബെഞ്ചിലിരുന്നാലും അജിത കഴിഞ്ഞാപ്പിന്നെ അവനാ മാർക്ക്." അകന്ന ബന്ധുവായ ഹെഡ്മാസ്റ്റർക്ക് ഉണ്ണിക്ക് ക്ലാസ് ടീച്ചറിൽനിന്നു ലഭിച്ച സർട്ടിഫിക്കറ്റ് സംതൃപ്തി നല്കിയില്ല.

"നീ എന്തോന്നാ ആലോചിച്ചു നടക്കുന്നേ. വേഗം നടന്നാ നമുക്ക് അജിതേം സുഷമേം ഒന്നു കാണാം. നാലു വർത്തമാനോം പറയാം. ഇനി നിങ്ങളൊക്കെ വല്യ സ്കൂളിലേക്കു പോവത്തില്യോം." രഘു തിടുക്കം കൂട്ടി. അവസാനബെഞ്ചും അവിടത്തെ കൂട്ടുകൂടലും രഘുവിന്റേം മധു വിന്റേമൊപ്പമുള്ള നടപ്പുമൊക്കെ ഉണ്ണിക്ക് നഷ്ടപ്പെടുകയാണ്. ആ വിട്ടു പോക്കിന്റെ നീറ്റൽ ഉണ്ണിയിൽ കനംവെച്ചു.

മധുവിന് ചെറിയ ഏന്തുണ്ട്. ഇടതുകൈയാണ് വശം. ഏതഗ്ര ഗണ്യത്തു നില്ക്കുന്ന മാങ്ങയും മധുവിന്റെ ഇടതുകൈ പ്രയോഗത്തിൽ നിലംപതിക്കും. ഒരിക്കൽമാത്രം കേഡിമോഹൻ എന്ന മോഹൻകുമാർ അജിതയെ കമന്റടിച്ചു. അതറിഞ്ഞപ്പോൾത്തന്നെ ഏഴ് 'എ' യിലെ പിൻ ബെഞ്ചുകാരായ മൂവർ സംഘം മോഹനനെ വളഞ്ഞു. കായികത്തിൽ

മോഹനന്റെ പര്യമ്പുറത്തെത്താൻ സ്കൂളിലെ ആർക്കും കഴിയുമായിരു
ന്നില്ല. മോഹനന്റെ അമ്മയാണ് ഉപ്പുമാവുപുരയുടെ അധിപ. അതുകൊണ്ടു
തന്നെ വെണ്ണയും ഗോതമ്പുമൊക്കെ കുഴച്ചുള്ള രുചിയുള്ള ഭക്ഷണ
മാണ് ഇന്റർവെല്ലുകളിൽ മോഹനന് ലഭിക്കുന്നത്. അമ്മ ഭവാനി ഓരോ
ബെല്ലടിക്കുമ്പോഴും ഏഴ് സിയുടെ മുന്നിൽനിന്നും കിറുങ്ങാക്കുഞ്ഞിനെ
കൊണ്ടുപോകുംപോലെയാണ് മോഹനനെ കൊണ്ടുപോകുന്നത്.
അങ്ങനെ തിന്നുതിന്ന് മോഹനൻ ഒരു ജഗജില്ലിയായി. ഏഴിൽ മൂന്നു
കൊല്ലവും തോറ്റു. ശരീരത്തിന്റെ മുഴുപ്പും അവന്റെ രൂക്ഷമായ നോട്ടവും
പുതുതായി ജോയിൻ ചെയ്ത ശാന്തകുമാരി സാറിനെപ്പോലും നാണി
പ്പിച്ചുകളഞ്ഞതാണ്. സാറിന്റെ വിരലിലെ രോമത്തിൽ തൊട്ടുകൊണ്ട്
മോഹനൻ ചോദിച്ചു: "ടീച്ചറെന്താ ഇതു ഷേവുചെയ്തു കളയാത്തെ.
ഞാനെന്റെ മൊഖത്തു കിളിർത്തുവരുന്ന പൂടയൊക്കെ എല്ലാ ശനിയാ
ഴ്ചയും പരണ്ടിക്കളയും." മോഹനന്റെ ഇത്തരം സംശയങ്ങൾ ഭയന്ന് ഏഴ്
'സി' യിലെ തയ്യൽക്ലാസ് ശാന്തകുമാരി സാർ വേണ്ടെന്നുവച്ചു.

    ഇടയ്ക്കും മുറയ്ക്കുമൊക്കെ മോഹനന് ഉപ്പുമാവും വെണ്ണയും
നല്കുന്നത് ഹെഡ്മാസ്റ്റർ കർശന നിയന്ത്രണത്തിനു വിധേയമാക്കി.
പതുക്കെപ്പതുക്കെ കേഡിമോഹനൻ ശോഷിക്കാൻ തുടങ്ങി. കൊട്ടാര
ത്തിമലയിൽനിന്നും വയലിലേക്കുള്ള ഇറക്കത്തിൽവെച്ച് മോഹനനെ
ഉണ്ണി കണ്ടു. "നീ ജയിച്ചോ?" ഉണ്ണി ചോദിച്ചു. "ജയിച്ചു. ഇനി ഞാൻ
അജിതേടെ സ്കൂളിലാ ചേരുന്നേ." മോഹനൻ പറഞ്ഞു. മോഹനന്റെ
അജിതയുടെ സ്കൂള് എന്ന പ്രയോഗം ഉണ്ണിക്കത്ര രസിച്ചില്ല. എങ്കിലും
മറുപടി പറയാതെ നടന്നു. പഴയ മല്ലടിയുടെ രോഷത്തിൽ മോഹനനോടു
മിണ്ടാതെ രഘുവും മധുവും നടന്നു. "നീ അവനോട് എന്തിനാ മിണ്ടുന്നേ.
അവൻ അജിതേ ശല്യപ്പെടുത്തിയവനല്ലിയോ." രഘുവിന് ദേഷ്യം വന്നു.
ഉണ്ണി അതിനു മറുപടി പറഞ്ഞില്ല. അവർ കുഴമ്പുപോലുള്ള ചേറിലൂടെ
നടന്നു. ഈരിക്കമൂലയുടെ പകുതിയിലെത്തി. അപ്പോൾ അജിതയും സുഷ
മയും മുന്നിൽ. അവർ വഴുതിവീഴാതിരിക്കാൻ ആയാസപ്പെടുന്നുണ്ട്. ദൂരെ
ഐക്കരക്കുഴിയിൽ വെള്ളംതേവൽ തുടങ്ങിയിരുന്നു. വൈകുന്നേര
ത്തോടെ പൂണികളാകെ വരാലിനേം മുശിയേം കൊണ്ടുനിറയും. "ഓ,
ഇന്ന് പ്രസന്നേമുണ്ടല്ലോ." രഘു പറഞ്ഞു. ആ വഴിയിലൂടെയല്ല പതി
വായി പ്രസന്നയുടെ യാത്ര. എന്തെങ്കിലുമൊക്കെ പറഞ്ഞുതീരാൻ ബാക്കി
യാവുമ്പോഴാണ് പ്രസന്ന അജിതയ്ക്കും സുഷമയ്ക്കുമൊപ്പം കൂടാരു
ള്ളത്.

    "നീയൊന്ന് വേഗം നടക്ക്, എനിക്കിന്ന് പ്രസന്നയോടൊന്നു
മിണ്ടണം." വഴുതിവീഴുമെന്നോർക്കാതെ രഘു തിടുക്കംകൂട്ടി. മധുവും
ഉണ്ണിയും പിടിക്കാനാഞ്ഞതാണ്. അതിനുമുന്നേ രഘു വെള്ളക്കെട്ടിലേക്ക്
ഒരു നിലവിളിയോടെ വീണു. അവിടെനിന്നും നനവോടെ കയറിവന്ന
രഘുവിനെ നോക്കി പ്രസന്ന പറഞ്ഞു: "ശബ്ദം കേട്ടപ്പോൾ ഞാനാകെ
അമ്പരന്നുപോയി." ഒന്നും സംഭവിച്ചില്ല എന്ന മട്ടിലാണ് രഘുവിന്റെ
നില്പ്. ഉണ്ണിക്ക് ചെറിയ ചിരി വരുന്നുണ്ട്. കാണുമ്പോഴൊക്കെ മുഖം

വീർപ്പിച്ചുപോകുന്ന പ്രസന്ന. പക്ഷേ, വീഴ്ചയുടെ ശബ്ദം കേട്ടതോടെ അവളാണ് അജിതയ്ക്കും സുഷമയ്ക്കും മുന്നേ ഓടിയെത്തിയത്. പ്രസന്ന പച്ചയിൽ നീല പുള്ളികളുള്ള തൂവാല രഘുവിനു നല്കി. അതുവാങ്ങി രഘു പോക്കറ്റിലിട്ടു. "അടുത്തമാസം മുതൽ പ്രസന്ന വല്യ്സ്കൂളിലിപ്പോ വല്യോ. അപ്പോ ഇടയ്ക്കിടെ എടുത്തു നോക്കാനാ ഇത്." പ്രസന്ന സമ്മ തിച്ചു. അവർ ആറു സഹപാഠികളൊന്നിച്ചായി തുടർന്നുള്ള യാത്ര. വെയിൽ തുള്ളിത്തുളുമ്പുന്ന വെള്ളത്തിൽ വീണു വീണില്ല എന്നമട്ടിൽ ചെറിയ വരമ്പിലൂടെ വേണം ഇനി ഏറെദൂരം നടക്കാൻ. അതുകഴിഞ്ഞാൽ കുമ്പൻകുളമാണ്. അതിന്റെ തിട്ടകടന്നാൽ ആദ്യം സുഷമയുടെ വീട്. പിന്നീട് പ്രസന്നയുടെ വീട്. അതിനുശേഷം വരിക്കോലിൽകാവു കഴി ഞ്ഞുള്ള തിരിവിലാണ് അജിതയുടെ വീട്. അമ്മ മാത്രമേ വീട്ടിലുള്ളൂ. അച്ഛൻ അമ്മയോടകന്നു ദൂരെയെവിടെയോ ആണ്. "അച്ഛനെക്കുറിച്ച് ഉണ്ണി അറിയണ്ട. അച്ഛൻ ചീത്തയാ." അജിത സേവനവാരത്തിന്റന്ന് നാടക റിഹേഴ്സലിനിടയിലാണ് ഇങ്ങനെ പറഞ്ഞത്.

വരിക്കോലിൽകാവു കഴിഞ്ഞതോടെ ഉണ്ണിയും അജിതയും തനിച്ചാ യി. അതിനിടെ രഘുവും മധുവും വഴുക്കിക്കിടക്കുന്ന വരമ്പിലൂടെ നടന്ന് അവരുടെ വീട്ടിലേക്കു പോയിരുന്നു. "മൂവർ സംഘത്തിന്റെ സ്കൂളിലേ ക്കുള്ള പോക്കും വരവും അവസാനിച്ചു." അജിത പറഞ്ഞു. എങ്കിലും എന്നും വൈകുന്നേരങ്ങളിൽ കുമ്പൻകുളത്തിൽ കുളിക്കാൻ വരാമെ ന്നുള്ള ഉറപ്പ് പരസ്പരം നല്കിയിട്ടാണ് ഞങ്ങൾ പിരിഞ്ഞത്. ഉണ്ണി അജി തയ്ക്കൊപ്പം നടന്നപ്പോൾ രഘു പറഞ്ഞതിങ്ങനെ: "നമ്മടെ അജിതയ്ക്ക് ജംബറൊന്നും ചേരാതായിട്ടുണ്ട്. പുതുതൊന്നു വാങ്ങാൻ അവളോട് പറ യണം." രഘു അങ്ങനെയാണ്. എന്തു തോന്നുന്നോ അപ്പോൾത്തന്നെ ആരോടും അതു വിളിച്ചുപറയും. അതുകൊണ്ടാണല്ലോ ക്ലാസിൽ ഒട്ടു മിക്ക ദിവസങ്ങളിലും രഘുവിന് തല്ലുകിട്ടാറുള്ളത്. സരോജിനി ടീച്ചറിന്റെ കക്ഷം വിയർത്തതാണോ അതോ മഴവെള്ളം വീണതാണോ എന്ന് രഘു വാണ് ചോദിച്ചത്. ആശാരിസാർ എന്തിനാ കണക്കു പഠിപ്പിക്കാൻ വരു ന്നത്, വല്ല മേശേം കസേരേം പണിഞ്ഞാൽ പോരെ എന്നു ചോദിച്ചതും അവൻ തന്നെയാണ്. പെൺകുട്ടികളുടെ മൂത്രപ്പുരയിൽ കയറി പൂഞ്ഞാണി ചിത്രം വരച്ചതും അവനാണ്. അതുകൊണ്ടുതന്നെ രഘുവിന്റെ ജംബർ നിരീക്ഷണത്തിനു മറുപടി പറയാൻ നില്ക്കാതെ അജിത നടന്നു. പിന്നാലെ ഉണ്ണിയും.

രണ്ടു സ്ഥലത്ത് വരമ്പ് മുറിഞ്ഞുമാറിയിട്ടുണ്ട്. അതു ചാടിക്കടന്നു വേണം അജിതയ്ക്ക് വീട്ടിലേക്കു പോകാൻ. "ഇപ്പോൾത്തന്നെ താമസിച്ചു എന്നു പറഞ്ഞ് അമ്മ അക്ഷമ പ്രകടിപ്പിച്ചു തുടങ്ങിയിട്ടുണ്ടാകും. ഉണ്ണി യുള്ളതുകൊണ്ട് അത്രയ്ക്കങ്ങോട്ട് ചാടിക്കടിക്കാൻ വരില്ല." അജിത ആശ്വസിച്ചു.

പൂച്ചപ്പഴം. അത് വരമ്പിലേക്കു നാലാം കൊലേം തല്ലി ചാഞ്ഞ് കിടന്നു. ഒരു കൈകൊണ്ട് പൂച്ചപ്പഴം പറിച്ച് അജിത ഉണ്ണിക്കു നേരെ നീട്ടി. നല്ലമധുരം. ഉണ്ണി നാലുപാടും നോക്കി. ഇല്ല. കാണാദൂരത്തൊന്നും

ആരുമുണ്ടായിരുന്നില്ല. കുറച്ചകലെ കുറ്റിക്കുച്ചുറ്റും കിടന്ന് കരഞ്ഞുകറ
ങ്ങുന്ന വെളുത്ത നിറമുള്ള ആട്. അതിനെ അഴിക്കാനായി ആരെങ്കിലും
വരുമോ? അങ്ങനെ ആലോചിച്ചുനില്ക്കെ അജിത വീണ്ടും പുച്ചപ്പഴം
പറിച്ച് പുഴുക്കുത്തു വീണവ ഇറുത്തുമാറ്റി ഉണ്ണിക്കുനേരെ നീട്ടി. ഏറ്റവും
മധുരമുള്ള പുച്ചപ്പഴം കഴിച്ചിറക്കിയതുവരെ മാത്രമേ ഉണ്ണി ആടിനെ
കണ്ടുള്ളൂ. പിന്നെ ആടിന്റെ കരച്ചിലോ തോട്ടിലൂടെയുള്ള കലക്കവെള്ള
ത്തിന്റെ ഒഴുകുന്ന ശബ്ദമോ ഉണ്ണി കേട്ടില്ല.

നിറയെ പുള്ളികളുള്ള ബ്ലൗസായിരുന്നു അന്ന് അജിതയുടേത്. വെളു
പ്പിൽ ഇളം മഞ്ഞനിറമുള്ള പൂക്കൾ. ഉണ്ണിക്ക് ശരീരമാകെ വല്ലാത്തൊരു
കാളൽ പടർന്നുകയറി. കൊയ്ത്തിന് തലതാഴ്ത്തിനിന്ന മുണ്ടകപ്പാട
ത്തിനു മേലേക്കൂടി കൊക്കുകൾ നിരന്നു പറന്നു. അതിനുമേലെ മുകിൽ
പക്ഷികൾ. ഉണ്ണി ആദ്യ കുടുക്കഴിച്ചു. നീണ്ട വിരലുകൾകൊണ്ട് അവൾ
ഉണ്ണിയെ അമർത്തി. പിന്നെ ഓരോ കുടുക്കുമഴിഞ്ഞു. പെറ്റിക്കോട്ട് മേലേ
ക്കമർത്തി വെച്ചുകൊണ്ട് അജിത ഉണ്ണിയെ നോക്കി. അപ്പോൾ അവളുടെ
കണ്ണുകൾ കഥയിലെ നാഗമാണിക്യമായി. അവളുടെ വിരലുകൾക്കു കാട്ടു
കനലിന്റെ ചുടായിരുന്നു. അവളുടെ നെഞ്ചിൽ മുഖമമർത്തി നിന്നതെത്ര
നേരം? ഉണ്ണിക്ക് ഓർത്തെടുക്കാനായില്ല. ഒടുവിൽ മഴയുടെ വരവറിയിച്ചു
കൊണ്ടുള്ള പെരുത്തൊരു മുഴക്കമാണ് അവരെ രണ്ടു തോടുകൾക്ക
രെയും ഇക്കരെയുമെത്തിച്ചത്.

ദൂരെ ആരോ ചുമയ്ക്കുന്ന ശബ്ദം. ചന്ത കൂടാനുള്ള നേരമാകുന്ന
തേയുള്ളൂ. വീട്ടുവളപ്പിലെ പച്ചക്കറികളുമായി പോകുന്നവരാകും. ആരാ
ണെന്നു നോക്കിനില്ക്കാനൊന്നും അപ്പോൾ തോന്നിയില്ല. കാടുകൾ
പടർന്നുകിടക്കുന്ന മുരുപ്പിന്റെ അപ്പുറം ചതുപ്പുപ്രദേശമാണ്. അങ്ങോട്ടി
റങ്ങിനിന്നാൽ വരുന്നവർ ഇടംവലം നോക്കാതെ പോയെന്നിരിക്കും.
എങ്കിൽ കുറെ പുച്ചപ്പഴങ്ങൾ പറിച്ച് അവൾക്കു നല്കണം. തെച്ചിപ്പൂക്കൾ
ഇരുത്ത് അവളുടെ ചുരുണ്ട മുടിയിൽ ചൂടിക്കണം. ഇങ്ങനെയൊക്കെ
ആലോചിച്ചു നില്ക്കെ കൈയിലമർത്തിയൊരു നുള്ളും നല്കി അവൾ
ഓടിയകന്നു.

തിട്ടകൾ ചാടിക്കയറി ഇടയ്ക്കിടെ തിരിഞ്ഞുനോക്കി. അങ്ങനെ
അവൾ കാണാമറയത്തെത്തുംവരെ ഉണ്ണി നിന്നു. കണ്ണിൽനിന്നും അവൾ
മറഞ്ഞതോടെ ഉണ്ണി സംഭവിച്ചതെന്താണെന്ന് ഓർത്തുനോക്കി. ദൈവമേ!
എന്തൊക്കെയാണീ കാട്ടിക്കൂട്ടിയത്. കുശലം പറഞ്ഞത്തുന്ന ഒരാളോടും
ഒരക്ഷരം ഉരിയാടുന്ന പ്രകൃതമായിരുന്നില്ല അജിതയുടേത്. ഹമീദ്സാർ
കണക്കു തെറ്റിക്കുന്നവരെ മേശയ്ക്കരികിലേക്കു വിളിക്കും. സൈക്കിളിൽ
കയറ്റാനുള്ള ക്ഷണമാണത്. അജിതയുടെ കണക്ക് തെറ്റുന്ന ദിവസം ഒരു
പുകിലു തന്നെയുണ്ടാകും. ഹമീദ് സാർ വിരൽ തിരുമ്മിത്തുടങ്ങുമ്പോൾ
മുതൽ അജിത ഒച്ചവെക്കാൻ തുടങ്ങും. തുടയിൽ നുള്ളിത്തുടങ്ങുന്ന
തോടെ പരിസരം മറന്നുള്ള ബഹളമാണ്.

ക്ലാസിലെ ബഹളമയമായ അന്തരീക്ഷത്തെക്കുറിച്ചു തന്നെയായി
രുന്നു ഉണ്ണി ആലോചിച്ചുകൊണ്ടിരുന്നത്. എല്ലാവരും കിണറ്റുകരയിലേക്കു

പോയനേരമായിരുന്നു അത്. "നന്നായി വേദനിച്ചോ?" ഉണ്ണി ചോദിച്ചു. അജിത തന്റെ മുട്ടറ്റമുള്ള പാവാട പകുതിയിലേക്കുയർത്തി. ചന്ദനനിറ മുള്ള തുടയിൽ ഹമീദ് സാറിന്റെ നുള്ളിന്റെ തിണർപ്പ്. അഞ്ചാം ക്ലാസി ലായിരുന്നു അന്ന്. അജിത പാവാട താഴ്ത്തിയിട്ട് യാതൊരു സങ്കോച വുമില്ലാതെ ഇങ്ങനെ പറഞ്ഞു: "സാറിന്റെ നുള്ളുകൊണ്ടെന്റെ തുടയി ലാകെ തിണർപ്പുകളാ. കുളിക്കുമ്പോഴാ നീറ്റൽ. ഭയങ്കരനീറ്റൽ." അജിത ഒന്നാമത്തെ ബെഞ്ചിൽ പോയിരുന്നു.

ഉണ്ണി ഓർമ്മകളെ ഇറക്കിവിട്ടു. ശരീരത്തെ ഒരേസമയം ശീതകാല ത്തിലേക്കും ഉഷ്ണകാലത്തിലേക്കും തള്ളിയിടുന്ന ഓർമ്മകൾ.

വർഷങ്ങൾ പലതുകഴിഞ്ഞു. മുന്നിൽ ഭാര്യ സുനന്ദയും മകളും നട ക്കുന്നു. നഗരത്തിലെ പെൺകുട്ടിയുടെ ഒളിച്ചോട്ടത്തെക്കുറിച്ചു പറഞ്ഞു കൊണ്ട് സുനന്ദ. മൂളിക്കേട്ടും കേൾക്കാതെയും പിന്നിൽ ഉണ്ണി. മഞ്ചാടി ക്കുരു പെറുക്കി ഒരു കടലാസിൽ ശേഖരിക്കുന്ന മകൾ. ഉണ്ണി പൂച്ചപ്പഴ ക്കാടുകൾക്കരികെയെത്തിയപ്പോൾ സുനന്ദയോടു പറഞ്ഞു: "നീ നടന്നോ, ഞാനങ്ങ് എത്തിക്കൊള്ളാം." ഭാര്യയും മകളും നടന്നു. ഉണ്ണി അവിടെനിന്നു. കാറ്റ് പതുക്കെ വയൽപ്പൂവുകളിലൂടെ പറന്നുവന്നുകൊ ണ്ടിരുന്നു.

ഓർമ്മയുടെ നക്ഷത്രങ്ങൾ മനസ്സിൽ ഉദിച്ചുതുടങ്ങി. ഉണ്ണിയിൽ വർഷ ങ്ങൾക്കകലെയുള്ള കാലം നിറഞ്ഞു. രഘുവും മധുവും ഇന്നെവിടെ യാണ്? അറിയില്ല. ഇടയ്ക്കൊരുനാൾ വീട്ടിൽ വന്നപ്പോഴാണ് രഘു ബീഹാറിലേക്ക് തൊഴിൽ തേടി പോയെന്നറിഞ്ഞത്. ഇടയ്ക്ക് അവൻ നാട്ടിൽ വന്നു മടങ്ങിയിട്ടുണ്ടാകണം. മധു റാവൽപ്പിണ്ടിയിലൊരു ഹോട്ട ലിൽ ജോലിചെയ്യുകയാണെന്ന് അവന്റെ അമ്മയാണു പറഞ്ഞത്. സുഷമ, ജയലക്ഷ്മി ഇവരൊക്കെ ഇന്നെവിടെയാണ്? അവർ അമ്മമാരായിട്ടുണ്ടാ കണം. മറ്റൊരു നാടിന്റെ ഭാഗമായിട്ടുണ്ടാവണം അവരുടെ ജീവിതം.

കുളക്കരയെത്തി. ഉണ്ണി അജിതയെക്കുറിച്ച് വീണ്ടും ഓർത്തു. അവ ളുടെ ഇളംചൂടുള്ള ശരീരത്തെക്കുറിച്ച്. സുഗന്ധമുള്ള നിശ്വാസത്തെക്കു റിച്ച്. അഭൗമമായ സാന്നിദ്ധ്യത്തെക്കുറിച്ച്. കൗതുകം തുളുമ്പുന്ന മുഖത്ത് ഇന്നും അതേ ഭാവമുണ്ടാകുമോ? അവളുടെ ചിരി കുപ്പിവള വീണുടയും പോലെയാകുമോ?

ഓർമ്മയുടെ പെരുക്കത്തിൽ ഉണ്ണി നിന്നു. അന്ന്, അന്നാണ് ആദ്യ മായി തന്നിൽ എന്തൊക്കെയോ മാറ്റങ്ങൾ സംഭവിച്ചത്. പൂച്ചപ്പഴക്കാടിന രികെ വെച്ചാണ് തന്റെ ശരീരം വല്ലാതെ ചുടുപിടിച്ചത്. കുളത്തിലിറങ്ങി ക്കിടന്ന അന്നത്തെ വൈകുന്നേരമാണ് തന്റെ ശരീരത്തിന്റെ ആണംശം വിളംബരപ്പെട്ടത്. അതിനുശേഷം സമയത്ത് തന്നിൽ സംഭവിച്ചതെന്തൊ ക്കെയാണ്?

കാഴ്ചയും കേൾവിയും ഗന്ധവുമൊക്കെ എത്രയെത്ര മാറിമറിയലു കൾക്കു വിധേയമായി. ഉണ്ണി ആദ്യമായ് ശരീരത്തിൽ ആൺമനം നിറഞ്ഞ ദിവസത്തെയോർത്തു നടന്നു.

(കേരള കൗമുദി ഓണപ്പതിപ്പ്)

ഒന്നാം പാഠം

ഗൃഹപാഠത്തിലേക്കു പ്രവേശിക്കാതെ മകൾ ബാർബിയുമായി തല കുത്തിമറിഞ്ഞു. മഴയെക്കുറിച്ചും രാത്രിയെക്കുറിച്ചുമൊക്കെ എന്തൊ ക്കെയോ അവളുടേതായ ഭാഷയിൽ കളിത്തോഴിയോടു ചൊല്ലി. ജനാല ച്ചെരിവിലേക്ക് ഉരുണ്ടുവീണ ബാർബിയെ സ്വന്തം ശരീരംകൊണ്ട് അവൾ മറച്ചു. ഇടയ്ക്ക് നഴ്സറി റൈംസ്. ഇടയ്ക്ക് ബോബ് ദി ബിൽഡർ. മറ്റു ചിലപ്പോൾ ടോം ആന്റ് ജെറി. ചിലപ്പോൾ ലെയ്സും പോപ്കോണും. മറ്റു ചിലപ്പോൾ കുർക്കുറെ.....

"ടീച്ചർ കൊടുത്ത ഹോംവർക്കൊന്നും ഇവൾ ചെയ്തിട്ടില്ല. എത്ര ശ്രമിച്ചിട്ടും Q, Z എന്നീ അക്ഷരങ്ങൾ ഇവൾ പഠിക്കുന്നില്ല." ഭാര്യ.

"ചുമ്മാതാ അച്ഛാ. എനിക്ക് W ഉം എഴുതാനറിയില്ല." മകൾ.

"കണ്ടോ അവൾക്ക് W ഉം അറിയില്ല." ഭാര്യ.

ഭാര്യ അടുക്കളയെ അധീനതയിലാക്കാൻ പുറപ്പെട്ടു. തണുത്ത വെള്ളത്തിലേക്ക് ശിവപ്രസാദ് കണ്ണുകളടച്ചുനിന്നു. ഷവറിൽനിന്നും ജല നൂലുകൾ ശരീരത്തിലേക്ക് ഇഴപാകി.

എച്ച് ഡി എഫ് സിയിൽ സെയിൽസ് റെപ്രസെന്റേറ്റീവായി ചേർന്നി ല്ലായിരുന്നെങ്കിൽ ഷവറുള്ള ഒരു കുളിമുറിയോ ഇതുപോലൊരു ഫ്ളാറ്റോ സ്വപ്നം കാണാനാകുമായിരുന്നില്ല.

കുളിമുറിയിൽനിന്നും ശിവപ്രസാദ് പുറത്തേക്കിറങ്ങി. അപ്പോഴും മകൾ ബാർബിയുമായി പുന്നാരത്തിലാണ്. സുരേഖ അച്ചാറുകുപ്പി തുറ ന്നിട്ടുണ്ടാകണം. നല്ല വാസന. തലതോർത്തി ബർമുഡയിലും ടീഷർട്ടിലും കയറി ശിവപ്രസാദ് അടുക്കളയിലേക്കു നടന്നു.

അച്ചാറിന്റെ മണവുമായി സുരേഖ. ശിവപ്രസാദ് തന്റെ തണുത്ത വിരലുകൾകൊണ്ട് സുരേഖയുടെ കഴുത്തിൽ തൊട്ടു.

"മോള്, മോള്..." സുരേഖ.

"അവൾ വരില്ല. നീ പേടിക്കാതെ." ശിവപ്രസാദ്

അച്ചാറുകുപ്പിയുടെ അടപ്പ് താഴെവീണു. സുരേഖയുടെ ചെറുതായി വിയർപ്പുപൊടിഞ്ഞ കഴുത്തിൽ ശിവപ്രസാദ് മുഖമമർത്തി.

"മോളേ, QWZ നൂറുവട്ടം എഴുതിവെക്ക്." ശിവപ്രസാദിന്റെ ശബ്ദം പതിവിലേറെ ഉച്ചത്തിലായി.

"എനിക്കു പഠിക്കണ്ട." മകളുടെ മറുപടിക്കും അച്ഛന്റെ നിർദ്ദേശത്തി നുമിടയിൽ ഒരു നിമിഷംപോലും ഇടവേളയുണ്ടായില്ല.

"നീ പിന്നെന്തു ചെയ്യാനാ പരിപാടി?" ശിവപ്രസാദ്.

"എനിക്ക് അമ്മയെപ്പോലെ ഹൗസ്വൈഫായാ മതി." മകൾ.

ശിവപ്രസാദ് പിന്നീടൊന്നും പറഞ്ഞില്ല.

മകളും ബാർബിയുമായുള്ള സംഭാഷണം:

"നിനക്കേറ്റവും ഇഷ്ടമാരെയാ?" മകൾ.

"എന്നെ" ബാർബി.

"നിനക്കോ?" ബാർബി.

"എന്നെത്തന്നെ." മകൾ.

"പിന്നെ?"

"പിന്നേം എന്നെ!"

(മാധ്യമം ആഴ്ചപ്പതിപ്പ്)

ഒരു കൊതുകിന്റെ
ആത്മകഥയിൽനിന്ന് ഒരേട്

വീടിന്റെ വെന്റിലേറ്ററിലൂടെ ഒരു കൊതുക് ഡ്രോയിങ് റൂമിലേക്കു പ്രവേശിച്ചു. ടെലിവിഷൻ കണ്ടുകൊണ്ടിരിക്കുന്ന പെൺകുട്ടി. അവൾ മൃഗ വേട്ട കാണുകയാണ്. കൊതുക് പതുക്കെ ഫാനിനു മേലേക്കുടി അടുക്ക ളയിലേക്കു കടന്നു. സ്റ്റൗവിൽ ഇടതുവശത്തെ അടുപ്പിൽ ചപ്പാത്തിയും വലതുവശത്തെ അടുപ്പിൽ ഉരുളക്കിഴങ്ങുകറിയും ഉണ്ടാക്കുന്ന സ്ത്രീ. ഇടയ്ക്കിടെ അവർ ദിനപത്രത്തിന്റെ ഒരു കഷണംകൊണ്ട് ഉഷ്ണത്തെ മറികടക്കാനുള്ള പരിശ്രമം നടത്തുന്നു.

വേണ്ട.... അടുക്കളയിലെ അന്തരീക്ഷം തന്റെ ജീവിതത്തെ ബാധി ക്കുമെന്നു കരുതിയ കൊതുക് കർട്ടനിടയിലൂടെ പുറത്തേക്കിറങ്ങി.

കിടപ്പുമുറിയുടെ വാതിൽപ്പഴുതിലൂടെ അകത്തേക്കു കയറുമ്പോൾ തന്നെ കാണാം. കിടക്കയിൽ മലർന്നുകിടന്ന് എന്തോ വായിക്കുന്ന ഗൃഹ നാഥൻ. അയാൾ കണ്ണടയൂരി കിടക്കയിൽവച്ചും ഇടയ്ക്കിടെ ആലോച നയിൽ മുഴുകിയുമൊക്കെ കഴിയുകയാണ്. ഒരുപക്ഷേ, ഓഫീസിൽ മുഴു മിപ്പിക്കാനാവാതെ വന്ന ജോലികൾ ചെയ്യുകയാവാം അയാൾ.

പതുക്കെ വേണമെങ്കിൽ അയാളുടെ വെളുത്ത കാൽവണ്ണയിൽ ചെന്നിരിക്കാവുന്നതാണ്. മതിയാവോളം രക്തം പാനം ചെയ്യാവുന്നതു മാണ്. പക്ഷേ, അവിടെ ഒരപകടം പതിയിരിക്കുന്നുണ്ട്. ഗൃഹനാഥൻ മറ്റേ കാൽ അപ്രതീക്ഷിതമായ നേരത്ത് തനിക്കുമേൽ എടുത്തുവച്ചാൽ അയാൾപോലും അറിയാതെ താൻ പരലോകത്തെത്തും. കൊല്ലുന്നവൻ കൊല്ലപ്പെടുന്നത് ആരെന്ന് അറിയാതിരിക്കുന്നതു ശരിയല്ല. അതുകൊ ണ്ടുതന്നെ പതുക്കെ പറന്ന് ആദ്യം ഒരുടുപ്പിന്റെ കോളറിൽ ചെന്നിരുന്നു.
നല്ല വിയർപ്പുമണം.
കൊതുക് തിരിച്ചിറങ്ങി.

പൂജാമുറിയിൽ എത്തിയെന്നു മനസ്സിലായി. നല്ല സുഗന്ധം. ചന്ദന ത്തിരിയുടേതാണ്. പ്രാർത്ഥിക്കാൻ എല്ലാവർക്കും ഒരു കാരണം വേണമ ല്ലോ.

ഒരു വൃദ്ധ പ്രാർത്ഥനാനിരതയായി നില്ക്കുന്നു. നെറ്റിയിൽ കുങ്കുമം, ഭസ്മം എന്നിവ ചാർത്തി കുലീനമായ ചിരിയോടെ അവർ ദൈവങ്ങളെ ഓരോരുത്തരെയായി വിളിച്ച് അപേക്ഷിക്കുന്നതെന്താകാം?

കാതുകൂർപ്പിക്കാതെതന്നെ പ്രാർത്ഥന കേൾക്കാം.

"പരദേവതമാരേ, എന്നേം എന്റെ മോനേം മരുമോളേം കൊച്ചു മോളേം ഗുനിയയിൽനിന്നു രക്ഷിക്കണേ. വരുന്ന തൈപ്പൂയത്തിനു കാവ ടിയെടുപ്പ് നടത്താമേ."

വൃദ്ധയുടെ ആവശ്യം പരദേവതകൾ കേട്ടിട്ടുണ്ടാകുമോ?

അറിയില്ല.

കൊതുക് ഫോട്ടോകളിലേക്കു ശ്രദ്ധിച്ചു. അവയ്ക്കിടയിൽ ലാമിനേറ്റ് ചെയ്ത ഒരു കൊതുകിന്റെ ചിത്രം. ദൈവങ്ങൾക്കിടയിൽ തന്റെ വംശ ത്തിനും സ്ഥാനം ലഭിച്ചതിലുള്ള സംതൃപ്തിയോടെ കൊതുക് ജനൽപ്പ ഴുതിലൂടെ ശൂന്യാകാശത്തേക്കു കുതിച്ചു.

ദൈവങ്ങൾക്കിടയിൽ ഇടംലഭിച്ചതോടെ മനുഷ്യരക്തം കുടിക്കാ നുള്ള ആഗ്രഹം പൂർണ്ണമായും ഇല്ലാതായി.

... അങ്ങനെ പല ദേശങ്ങളിൽ സഞ്ചരിച്ച കൊതുക് ആ വീട്ടിൽ വീണ്ടും തിരിച്ചെത്തി.

വെന്റിലേറ്ററിലൂടെത്തന്നെ.

അപ്പോഴും പെൺകുട്ടി ടെലിവിഷൻ കാണുകയയാണ്.

സ്ത്രീ പാചകമുറിയിൽ ദേഹണ്ഡത്തിൽ.

ഗൃഹനാഥൻ ഫയലുകൾക്കിടയിലും.

പക്ഷേ, പൂജാമുറിയിൽ പഴയ ഗന്ധമുണ്ടായിരുന്നില്ല.

വൃദ്ധയെ അവിടെ കാണാനുമായില്ല.

(മനോരമ വാരാന്തം)

ഇലകൾ
ദാക്ഷായണിയമ്മയോട് പറഞ്ഞത്

കാറിൽനിന്നും മൂന്നുപേർ ചേർന്നാണ് ദാക്ഷായണിയമ്മയെ വീൽചെയറിലേക്ക് എടുത്തിരുത്തിയത്. കഠിനവേദനയുടെ ദിവസ ങ്ങൾക്കിടയിൽ ഒരുദിവസം ദാക്ഷായണിയമ്മയോട് ബോധം കുറെ നേര ത്തേക്കു യാത്ര പറഞ്ഞു. അബോധത്തിന്റെ നിമിഷങ്ങളിൽ അവർ കിട ന്നിരുന്നതു തറവാടിന്റെ പിൻവരാന്തയിലെ കയറ്റുകട്ടിലിലായിരുന്നു. പടി ഞ്ഞാറുപുറം തരിശ്ശായി കിടക്കുന്ന പാടത്തുനിന്നും നല്ല കാറ്റുണ്ടായി രുന്നു അപ്പോൾ. പുന്നെല്ലിന്റെ മണവുമായി അതുവഴി കടന്നുപോയ കാറ്റ് കുറെനേരം ദാക്ഷായണിയമ്മയുടെ മുണ്ടിലും നേര്യതിലുമൊക്കെ കുരു ങ്ങിമറിഞ്ഞു. പക്ഷേ, യാതൊരനക്കവുമില്ലാതെ കിടക്കുകയായിരുന്നു ദാക്ഷായണിയമ്മ.

"രമേശാ, നീ ഒരു കാറ് വിളിച്ചോണ്ടു വാടാ." ദാക്ഷായണിയമ്മയുടെ സംസാരം കേട്ട് രണ്ടാം തലമുറ അത്ര കാര്യമാക്കിയില്ല. എന്നാൽ ദാക്ഷായണിയമ്മയുടെ മൂത്തമകൾ രമണി അരകല്ലിനരികെ നിന്നു പടവലങ്ങ അരിയുകയായിരുന്നു. മകൾ അമ്മയുടെ ശബ്ദം കേട്ടു. "രമേശാ, രമേശാ" എന്നു വിളിച്ചുകൊണ്ട് രമണി അമ്മയ്ക്കരികിലേ ക്കോടി. പടിഞ്ഞാറു പുറത്തെത്തുമ്പോൾ കിടന്നിരുന്ന കട്ടിലിൽ അമ്മ യില്ല. പുതപ്പു മാത്രം കട്ടിലിൽ കാറ്റിൽ കുരുങ്ങി മറിഞ്ഞു കിടക്കുന്നു.

മകൾ അവിടമാകെ അമ്മയെ തിരഞ്ഞു. എവിടെയും അമ്മയെ കണ്ടില്ല. തറവാട്ടിൽ തലങ്ങും വിലങ്ങും കാലൊച്ച കേൾക്കാൻ തുടങ്ങി. ദാക്ഷായണിയമ്മയുടെ അപ്രത്യക്ഷമാകലിനെപ്പറ്റി പലവിധ കഥകൾ പറഞ്ഞ് ആ രാത്രി കഴിഞ്ഞു.

പ്രഭാതമായി. ഗ്രാമക്കവലയിൽനിന്നും രമണിയുടെ ഭർത്താവ് മുകു ന്ദൻപിള്ള കണ്ടത് ദാക്ഷായണിമ്മ ഒറ്റയ്ക്കു നടന്നുവരുന്നതാണ്. രണ്ടു

കൈകളിലും നാട്ടുമരുന്നുകളുടെ പലതരം ഇലകൾ. ദാക്ഷായണിയമ്മ തന്റെ ദേഹത്തെ പൊതിഞ്ഞുകിടന്ന ഇലകളെ കുടഞ്ഞുകളയാൻ ശ്രമിച്ചു. എന്നാൽ ഓരോ ഇലയും വീണ്ടും വീണ്ടും ദാക്ഷായണിയമ്മയെ ആകും വിധം പുതപ്പിക്കാൻ ശ്രമിച്ചുകൊണ്ടിരുന്നു. ഇലകൾ മൂടിയ തന്നെ ടാക്സി ക്കാർ കയറ്റില്ലെന്ന് ദാക്ഷായണിയമ്മയ്ക്കു തോന്നി. ആയാസപ്പെട്ട് അവർ തന്റെ ശരീരത്തോടൊട്ടിനിന്ന നാട്ടുമരുന്നുകളുടെ ഇലകൾ ഓരോന്നായി പെറുക്കി പൊന്തയിലേക്കിട്ടു. അവസാനത്തെയിലയും നുള്ളിയെ ടുത്തതോടെ ദാക്ഷായണിയമ്മ വീണ്ടും ബോധംകെട്ടു നിലത്തേക്ക് വീണു.

(വിദ്യാരംഭം)

ജലവാഹിനി

അയാൾ പ്രത്യയശാസ്ത്രത്തെപ്പറ്റി ഉൽക്കണ്ഠപ്പെട്ടില്ല. രക്തസാ ക്ഷികളുടെ നിഷ്കളങ്കവും അനവദ്യവുമായ മുഖങ്ങളിലേക്കു നോക്കി യില്ല. അവരുടെ കണ്ണുകളിലെ തിളപ്പും ഹൃദയത്തിലെ നെരിപ്പോടും ശ്രദ്ധി ച്ചതേയില്ല.

അയാൾ സിംഹാസനം പൂകി. മുന്നിൽ വിരൽ ഞൊടിച്ചും വിറ കൊണ്ടും നിന്നവരെ കൊട്ടാരം സൂക്ഷിപ്പുകാരായി അവരോധിച്ചു. വാക്കു കളുടെ അഭൗമസൗന്ദര്യത്തെ അയാൾ ഭയന്നു. വ്യോമയാത്രകളിലും ഭൂമി യാത്രകളിലും ഒരു ശത്രു തനിക്കുനേരെ പാഞ്ഞുവരുമെന്നു പ്രതീക്ഷിച്ചു. ആർക്കു മുന്നിലും സ്വന്തം ഹൃദയം തുറക്കാതെ നിഗൂഢതയുടെ മറുവ ചനവുമായി അയാൾ യാത്ര തുടർന്നു.

ഋതുക്കൾ മാറിവന്നു. ഭയത്തിന്റെ ബീജഗണിതംകൊണ്ട് അയാൾ നല്ല നാവികനെന്ന സൽപ്പേരുണ്ടാക്കി. കപ്പൽ, ക്ഷോഭിച്ച കടലിലേക്കു പ്രവേശിച്ചു. ഇരച്ചുപൊന്തിയ ഉൾക്കടലിൽ ജലവാഹിനി വട്ടംചുറ്റി. അതിന്റെ അമരത്തിലിരുന്ന് അയാൾ സ്വയം രക്ഷപ്പെടാനുള്ള ഉപായങ്ങൾ ആരാഞ്ഞു. കപ്പലിനുചുറ്റും വട്ടംചുറ്റിയ ദ്വീപുനിവാസികളെ നോക്കി അയാൾ ചിരിച്ചു. ഹസ്തദാനം നല്കി. സ്വന്തം ശരീരത്തെ മറുകരയി ലെത്തിക്കുന്നതിനുള്ള അച്ചാരത്തിൽ ഒപ്പുവെച്ചു. പകരം യാത്രാപേടക ത്തിന്റെ അണിയവും അകവും വില്ക്കാനുള്ള കരാറിൽ മഷി പുരട്ടി. സ്വയം രക്ഷപ്പെടുകയും സഹസഞ്ചാരികളെ മുച്ചൂടും മുക്കിയൊടുക്കു കയും ചെയ്യുക – അതായിരുന്നു അയാളുടെ യാത്രാപദ്ധതി.

കാലാവസ്ഥ അനുകൂലമായില്ല. കടൽ അനുനിമിഷം പ്രക്ഷുബ്ധ മായിക്കൊണ്ടിരുന്നു. അത്രനേരവും ശാസനകളെ ശിരസ്സാവഹിക്കാൻ കാത്തുനിന്നവരിൽ ചിലർ തന്റെ നിഴലിൽ ചവിട്ടുന്നത് അയാൾ കണ്ടു.

ശൗര്യം പണ്ടേപ്പോലെ ഫലിക്കാത്തതിൽ അയാൾ അരിശപ്പെട്ടു. പല്ലു കൾ ഞെരിച്ച് നൗകയെ മുക്കാൻ വീണ്ടും ശ്രമിച്ചു.

പെട്ടെന്നൊരു ചിറകൊച്ച കേൾക്കായി. നാലുപാടുംനിന്ന് രക്തസാ ക്ഷികൾ ചിറകുവിടർത്തി പറന്നുവരുന്നു. അയാളുടെ നീണ്ട ദംഷ്ട്രകളെ പിഴുത് അവർ കപ്പലിനെ അധീനതയിലാക്കി. മരണത്തെ മുഖാമുഖം കണ്ട വർ രക്തസാക്ഷികളുടെ ചിറകിൽ അഭയം തേടി.

പതുക്കെ നിലയില്ലാക്കയെത്തിലേക്ക് അയാൾ വീണു. കടൽ വീണ്ടും ശാന്തമായി. സൗമ്യമായി.

(മാതൃഭൂമി വാരാന്തം)

നീലജലാശയം

ജഗദീശനും ആനന്ദവല്ലിയും വിവാഹിതരായിട്ട് ഒൻപതു വർഷ മായി. ഈ മുല്ലവള്ളിയും തേന്മാവും എത്ര കെട്ടുപിണഞ്ഞിട്ടും ഇത്ര കാലത്തിനിടയിൽ ഒരാനന്ദമുകുളം പുറത്തുവന്നില്ല. ആദ്യത്തെ രണ്ടു മൂന്നു വർഷം ഹിന്ദുസ്ഥാൻ ലാറ്റക്സിന്റെ സ്പോൺസർഷിപ്പിൽ കടുത്ത നിയന്ത്രണങ്ങൾ ഏർപ്പെടുത്തിയാണ് ആനന്ദവല്ലിയെന്ന മുല്ലവള്ളി ജഗ ദീശൻ എന്ന തേന്മാവിൽ പടർന്നുകയറിയത്. അഥവാ ജഗദീശൻ എന്ന തേന്മാവിൽ ആനന്ദവല്ലി എന്ന മുല്ലവള്ളി കെട്ടുപിണഞ്ഞത്. ഇക്കാലരാ ത്രികളും പകലുകളും എങ്ങനെയൊക്കെ രസകരമാക്കാമോ അങ്ങനെ യൊക്കെ രസകരമാക്കാൻ ആനന്ദവല്ലിയും ജഗദീശനും പരമാവധി മനസ്സു വെച്ചു.

ആനന്ദവല്ലിയുടെ കണ്ണുകൾക്ക് ഒരു ജലാശയത്തെ അനുസ്മരിപ്പി ക്കാൻ കഴിയുന്നുണ്ടെന്ന് ജഗദീശൻ ഡയറിയിലെഴുതിയതു വെറുതെയല്ല. അവളുടെ നനഞ്ഞ ശരീരത്ത് ഒരു കൊള്ളിയാൻപോലെ മിന്നിത്തികഞ്ഞ തിനെക്കുറിച്ചും ജഗദീശൻ വർണ്ണിച്ചിട്ടുണ്ട്. ഇത്തരം വർണ്ണനകളുള്ളതു കൊണ്ട് തന്റെ ഡയറി മറ്റാരും കാണാതിരിക്കാൻ ജഗദീശൻ ശ്രദ്ധിച്ചു. വിവാഹം കഴിഞ്ഞതിന്റെ നാലാം ദിവസം ജഗദീശനും ആനന്ദവല്ലിയും മധുവിധുവിനു പുറപ്പെട്ടു. കന്യാകുമാരിയിലെ കേരളഹൗസിൽ മുറി റിസർവ്വ് ചെയ്യാനും തമ്പാനൂരിൽനിന്നുള്ള ബസിൽ ടിക്കറ്റ് ബുക്ക് ചെയ്യാ നുമൊക്കെ ജഗദീശൻ ആനന്ദവല്ലിക്കൊപ്പമാണു വന്നത്. അന്നവർ നഗരം കാണുകയായിരുന്നു.

അതികാലത്തെയാണ് കന്യാകുമാരിയിലേക്കുള്ള വണ്ടി. കൈമ നത്തെ വാടകവീട്ടിൽനിന്നു കൃത്യസമയത്തുതന്നെ ജഗദീശൻ–ആനന്ദ വല്ലി ദമ്പതികൾ തമ്പാനൂരെത്തി. വെടിവെച്ചാംകോവിലിലെ അന്ത്യമി

ല്ലാത്ത വെടിയൊച്ച പിന്നിട്ട്, അമരവിള ചെക്പോസ്റ്റിലെ കള്ളക്കമ്മെിട്ട
ങ്ങൾകണ്ട്, നാഗർകോവിലിലെ തമിഴ്മണമടിച്ച്, ഇടയ്ക്കൊന്നുറങ്ങി, കുറ
ച്ചിടെ തമിഴ്സിനിമ കണ്ട് – അങ്ങനെ അവർ കന്യാകുമാരിയിലെത്തി.
ഇതിനിടയിൽ ആനന്ദവല്ലിയുടെ മുല്ലപ്പൂമണം ജഗദീശനെ ലഹരിപിടിപ്പിച്ചു.
സമയം സായാഹനമാകുന്നു. ബുക്കുചെയ്ത മുറിയുടെ താക്കോൽ വാങ്ങി
ജഗദീശനും ആനന്ദവല്ലിയും കുളിച്ചു. പിന്നെ ചിക്കൻചില്ലിയും പൊറോ
ട്ടയും കഴിച്ച് കാല്പനികരാകാൻവേണ്ടി ഓരോ കരിക്കും കുടിച്ചു. ഇതി
നുശേഷമാണ് സംസ്ഥാനംവിട്ടുള്ള, ഒരു ജീവിതം ആദ്യമായി എന്നിങ്ങ
നെയുള്ള അപൂർണ്ണ വിരാമം നിറഞ്ഞ വാചകങ്ങളുമായി ജഗദീശൻ തന്റെ
പ്രിയതമയെ സമീപിച്ചത്. ആനന്ദവല്ലിയുടെ കണ്ണുവെട്ടിച്ച് ലഗേജുകൾക്കി
ടയിൽ ഒളിപ്പിച്ചിരുന്ന മദ്യം മൂന്നു പെഗ്ഗ് ജഗദീശൻ അകത്താക്കി. മധുവി
ധുവിന്റെ മധുരസ്മരണകൾ നിറഞ്ഞ കന്യാകുമാരിയിലെ നാലഞ്ചു രാപ്പ
കലുകൾ ജഗദീശൻ നിറപ്പകിട്ടുള്ളതാക്കി. അങ്ങനെ ആ മധുര മധുവിധു
അവസാനിച്ചുകൊണ്ട് കർട്ടൻ വീണു.

ഇറങ്ങിയ എല്ലാ സിനിമകളും കാണുക, ശംഖുമുഖത്ത് സായാഹന
ങ്ങളിലെത്തി കടലിന്റെ നീലിമയെക്കുറിച്ചു വാചാലമാകുക, പരസ്പരം
കണ്ണുകളിൽ നോക്കിയിരുന്ന് ഐസ്ക്രീം നുണയുക – ഇങ്ങനെയുള്ള
പ്രണയജനകമായ ദിനങ്ങളിലൂടെ ജഗദീശനും ആനന്ദവല്ലിയും പറന്നു
നടന്നു. ഒന്നരമാസത്തിനുശേഷം അവധി അവസാനിച്ചു ഷിപ്പിലേക്കു
പോകേണ്ട ദിവസമായി. രാവിലെ പുറപ്പെടണം. ഒരു രാത്രികൂടി കഴി
ഞ്ഞാൽ മൂന്നു മാസത്തെ വിരഹകാലമാണ്. മൂന്നു മാസം ആനന്ദവല്ലി
യില്ലാതെ കഴിച്ചുകൂട്ടുന്നതിനെപ്പറ്റി ആലോചിച്ചപ്പോൾത്തന്നെ ഒരു
കടൽപ്പെരുക്കത്തിലകപ്പെട്ടതുപോലെ ജഗദീശനു തോന്നി.

അത്താഴം കഴിഞ്ഞു മുറ്റത്തൊന്നുലാത്തുന്ന ശീലമുണ്ട് ജഗദീശന്.
രാവിലെയുള്ള യാത്രയെക്കുറിച്ചാലോചിച്ചപ്പോൾ ഒരെരിപൊരിസഞ്ചാരം.
പെട്ടെന്നു മുറിയിലെത്തി. കുറച്ചു ദിവസങ്ങൾ കൊണ്ടുതന്നെ ജഗദീശന്റെ
ഹിതാനുഹിതങ്ങൾ മനസ്സിലാക്കിയ ആനന്ദവല്ലിയും മുറിപുകി. കത
കടഞ്ഞു. ജഗദീശൻ ആനന്ദവല്ലിയെ മാറോടണടച്ച് ഏറെനേരം മിണ്ടാ
തിരുന്നു. ഈ നേരത്ത് ആനന്ദവല്ലിയുടെ നെഞ്ചിൽ ഒരു കടലിരമ്പുന്ന
തുപോലെ ജഗദീശനു തോന്നി. ആനന്ദവല്ലിയുടെ സമൃദ്ധവും ചന്ദനമ
ണമുള്ളതുമായ മുടിക്കെട്ടിലേക്കു മുഖമമർത്തിയിരിക്കുമ്പോൾ കപ്പലിലെ
ജോലി രാജിവെച്ച് ഒരു പലചരക്കുകട തുടങ്ങിയാലോ എന്ന ആലോച
നയും ജഗദീശനുണ്ടായി. അതു പുറത്തു പറഞ്ഞാൽ ആനന്ദവല്ലിക്കു
പോലും അത്ഭുതം തോന്നും. മനസ്സിൽ തോന്നുന്നതെല്ലാം പ്രവർത്തി
ക്കാനാവില്ലല്ലോ. ഇക്കാലത്ത് ഒരു ജോലി കിട്ടാൻ എത്ര പ്രയാസമാണ്.
ലക്കിനാണ് ഈ ജോലി അന്നുകിട്ടിയത്, അതും വലിയ ശുപാർശയി
ലൂടെ. ഇത്തരം പ്രതിചിന്തകൾ വന്ന് ജഗദീശന്റെ പ്രണയചിന്തകളെ തണു
പ്പിച്ചു.

ഉൾക്കടലിലെത്തുന്നതും അവിടെനിന്നു കരകാണാൻ കൊതിക്കു

ന്നതുമൊക്കെ ഓർത്തപാടെ ജഗദീശൻ ആനന്ദവല്ലിയുടെ നിശാവ
സ്ത്രത്തെ ചുരുട്ടിയെടുത്തു കസേരയിലേക്കിട്ടു. പിന്നെ ഹൃദിസ്ഥമായി
രുന്ന വാസ്യായന സൂക്തങ്ങൾ ഒരാവൃത്തികൂടി ഓർത്തു. ആനന്ദവല്ലി
യുടെ കാതിനു ചുവടെയുള്ള നനുത്ത രോമങ്ങളിൽ പതുക്കെ കടിച്ചുവ
ലിച്ച ജഗദീശൻ ഇടയ്ക്കവിടെ കാർബൺ ഡയോക്സൈഡുകൊണ്ടു
വികാരവിക്ഷോഭം വരുത്താൻ ശ്രമിച്ചു.

ജഗദീശനെ ഒരു കപ്പിത്താനായി സ്വപ്നംകണ്ട ആനന്ദവല്ലി സ്വന്തം
ശരീരത്തെ പങ്കായമില്ലാത്ത ഒരു തോണിയായി സങ്കല്പിച്ചു. കുറച്ചുകാലം
ശീലിച്ച യോഗമുറകളിൽ ചിലത് ഓർത്തതോടെ ഒരു കൊടുങ്കാറ്റുവ
ന്നാലും ശരീരത്തെ ഘനരഹിതമായി കിടത്താൻ ആനന്ദവല്ലിക്കു കഴി
ഞ്ഞു. പതുക്കെ കണങ്കാലിലൂടെ ജഗദീശന്റെ ശ്വസനച്ചൂട് മേലോട്ടു കയ
റിവരുന്നത് ആനന്ദവല്ലി അറിഞ്ഞു. പിന്നെ അത് പലവിധത്തിൽ അനുഭ
വിച്ചു. കണ്ണുകളടച്ച്, ജഗദീശന്റെ ചുണ്ടുകൾ സ്വന്തം ചുണ്ടുകളെ വിഴു
ങ്ങുന്നതും കപ്പിത്താൻ തന്റെ വിജയമാഘോഷിക്കുന്നതുമൊക്കെ ആന
ന്ദവല്ലി ആസ്വദിച്ചു. അനവദ്യമായ സുഗന്ധവും അപൂർവ്വവുമായ സ്വര
ങ്ങളുംകൊണ്ട് ജഗദീശനിലെ കപ്പിത്താൻ കിതച്ചുവീഴും വരെ ആനന്ദ
വല്ലി പുത്തുലഞ്ഞു. ഒടുവിൽ ജഗദീശന് ഉണരുവാനുള്ള അലാറം മുഴ
ങ്ങുന്നതുവരെ ആനന്ദവല്ലി അരണ്ടവെട്ടത്തിൽ ഉറങ്ങാതെ കിടന്നു. ഇട
യ്ക്കിടെ ജഗദീശനെ അമർത്തിപ്പിടിച്ചു.

അതികാലത്തേ ജഗദീശൻ റെയിൽവേ സ്റ്റേഷനിലേക്കു പുറപ്പെട്ടു.
കൂടെപ്പോയി യാത്രയാക്കണമെന്നൊക്കെ കരുതിയതാണ്. വീണ്ടും ഒരു
യാത്ര പറച്ചിൽകൂടി സഹിക്കാൻ വയ്യാത്തതുകൊണ്ട് ആനന്ദവല്ലി ആർദ്ര
മായ കണ്ണുകളോടെ ജഗദീശനെ യാത്രയാക്കി. ഓട്ടോറിക്ഷ കണ്ണിൽനിന്നു
മറയുന്നതുവരെ, വിരഹത്തിന്റെ ഒരു ചൂടുകാലമോർത്ത് ആനന്ദവല്ലി ഒരേ
നില്പുനിന്നു.

ആനന്ദവല്ലി തേങ്ങലടക്കാൻ പാടുപെട്ടു കൊണ്ടു മുറിയിലേക്കോടി.
കട്ടിലിൽ കമിഴ്ന്നൊരു കിടപ്പുകിടന്നു. കൊച്ചിയിൽനിന്ന് ജഗദീശൻ വിളി
ച്ചപ്പോഴും ആനന്ദവല്ലി കിടക്കുകയാണ്. പട്ടിണി കിടന്ന് അസുഖമൊന്നും
വരുത്തിവെക്കരുതെന്നു പറഞ്ഞ്, റിസീവറിൽ ഒരുമ്മയും നല്കി ജഗദീ
ശൻ കപ്പലിലേക്കു കയറി. കടൽ പ്രക്ഷുബ്ധമാണ്. തിരമാലകൾക്കു
വല്ലാത്ത ശൗര്യം.

മൂന്നുമാസം മുന്നിൽവന്ന് ഒരു വന്മരമായി പെരുംനില നിന്നു.
ഇക്കാലം എങ്ങനെ മറികടക്കുമെന്ന ചിന്ത ആനന്ദവല്ലിയെ വല്ലാതെ
അസ്വസ്ഥയാക്കി. അവൾ നഖംകടിച്ചും തുണിതയ്ച്ചും ജോൺ ആലുങ്ക
ലിന്റെയും ജോയ്സി വാഗമറ്റത്തിന്റെയുമൊക്കെ നോവലുകൾ വായിച്ചും
സ്ത്രീജന്മം, ഊമക്കുയിൽ തുടങ്ങിയ സീരിയലുകൾ കണ്ടും ഒന്നിടവിട്ട
ദിവസങ്ങൾ പ്രണയഗാഥകൾ രചിച്ച് ജഗദീശന് അയച്ചുമൊക്കെ നേരം
പിന്നിട്ടു. ഇക്കാലം ജഗദീശൻ എങ്ങനെ പിന്നിടുന്നുവെന്ന് ആനന്ദവല്ലി
പലതവണ ആലോചിച്ചു. തന്നെയോർത്തു വിചാരപ്പെട്ട് കടലിലേക്കു

നോക്കിയിരിക്കുകയാവും – ആനന്ദവല്ലി വ്യാമോഹങ്ങളിൽ അഭിരമിച്ചു.

കപ്പലിൽ ഒപ്പമുണ്ടായിരുന്ന ഗോമസ് സന്ധ്യയോടടുത്ത നേരത്ത് ജഗദീശന്റെ അരികിലെത്തി. വിരഹത്തിന്റെ ആദ്യ ദിവസമാണെന്നറിഞ്ഞ ഗോമസ് പൊട്ടിച്ചിരിച്ചു. തന്റെ അൻപത്തിമൂന്നു വർഷത്തെ ജീവിതത്തി നിടയിൽ നിരവധി സ്ത്രീജന്മങ്ങളെ ഇത്തരം വിരഹകാലത്തിലേക്ക് എടു ത്തെറിഞ്ഞിട്ടുണ്ടെന്ന് ഗോമസ് വെളിപ്പെടുത്തി. കടലിലെത്തിയാൽപ്പിന്നെ ഭൂമിയിലെ ഓർമ്മകൾ പാടില്ല. ഇതായിരുന്നു ഗോമസിന്റെ ജീവിതസമ വാക്യം. റമ്മും ഇറച്ചിയും അകത്തു ചെന്നാൽപ്പിന്നെ ഓർമ്മകൾ പതു ക്കെപ്പെതുക്കെ നഷ്ടമാകും. പിന്നെ കടലിനെ അതിന്റെ ലഹരിയിൽ ആസ്വ ദിക്കാനാകും. ഗോമസ് നിന്നു ചിരിച്ചു.

ആദ്യമൊക്കെ ഒരിഷ്ടക്കേടു തോന്നിയെങ്കിലും റമ്മും ഇറച്ചിയും അകത്തായതോടെ ജഗദീശനിൽനിന്നും ആനന്ദവല്ലിയുടെ മണം മാറി. കടലിന്റെ മണം കൂടി. ആനന്ദവല്ലിയുടെ ഉപ്പുരുചി വിട്ടു കടലിന്റെ ഉപ്പ് കനത്തു. അങ്ങനെ ആ രാത്രി അസുലഭനിർവൃതികളാൽ നിറഞ്ഞതായി ജഗദീശൻ തിരിച്ചറിഞ്ഞു. ഇതിന്റെ കടപ്പാടു മുഴുവൻ ഗോമസിനാണെന്ന് ജഗദീശനു തോന്നി.

എത്ര വിരസമാകാനിടയുള്ളതായിരുന്നു തലേരാത്രി. അത് മതിമയ ങ്ങുന്നതാക്കിയത് ആമയോ റമ്മോ? അതോ ഗോമസോ?

ഇങ്ങനെ ചോദിച്ചുകൊണ്ടാണ് ഇളവെയിലേറ്റുണർന്ന ഗോമസ് ജഗദീശനെ തട്ടിവിളിച്ചത്.

ഈ രീതിയിൽ മൂന്നു മാസവും വിസ്മയമുള്ളതാക്കാൻ ഗോമസിനു കഴിഞ്ഞു. ഓരോ മദ്യപാനരാത്രികളിലും ഗോമസ് താൻ അറിഞ്ഞിട്ടുള്ള സംസ്ഥാനാന്തര സ്ത്രീഗന്ധങ്ങളെപ്പറ്റി വാചാലനായി. കാശ്മീരിലെ പെണ്ണിന് മഞ്ഞിന്റെ ശൈത്യം മാത്രമല്ല, മണവും രുചിയുമൊക്കെ ഹിമ കാലത്തിന്റേതാണ്. ഏതു കപ്പിത്താനെയും പരാജയപ്പെടുത്തുന്ന വിദ്യ കൾ വശമുണ്ട് അവർക്ക്. ഇതൊക്കെക്കേട്ട് ജഗദീശന്റെ ഞരമ്പു തിളച്ചു. രക്തത്തിന്റെ തിളച്ചുമറിയൽ സ്വന്തം കാതിൽ നിറയുന്നതായി ജഗദീശനു തോന്നി.

അങ്ങനെ തൊണ്ണൂറു ദിവസം കഴിഞ്ഞ് അഴിമുഖത്തെത്തിയ ജഗദീ ശൻ ഗോമസിന്റെ മുറിയിൽ ഒരാഴ്ച വിശ്രമിച്ചിട്ടേ കൈമനത്തേക്കു പോകു ന്നുള്ളൂവെന്നു തീരുമാനിച്ചു. അത്രയും ദിവസങ്ങൾകൊണ്ട് പതിനാലു സംസ്ഥാനങ്ങൾ മറികടക്കാൻ ജഗദീശനു കഴിഞ്ഞു. അതിനുവേണ്ട സജ്ജീകരണമൊരുക്കിയത് ഗോമസാണ്. അയാളുടെ ഒരു രാത്രിസംഭാ ഷണം ജഗദീശനു മറക്കാനായില്ല.

"ഇപ്പോൾ എനിക്ക് എന്റെ ഭാര്യയുടെ മണം മാത്രം തിരിച്ചറിയാൻ കഴിയുന്നില്ല."

ഗോമസ് ഒരു ഡ്രൈകൂടി അകത്തേക്കൊഴിച്ചു. ഒടുവിൽ ജഗദീശൻ അഴിമുഖത്തു നിന്നുള്ള ആദ്യവണ്ടിക്ക് കൈമനത്തിലേക്കു തിരിച്ചു. മഴ പെയ്തും തോർന്നും തോർന്നും പെയ്തും.

കണ്ടപാടേ ആനന്ദവല്ലി ജഗദീശന്റെ മുന്നിൽ നിറഞ്ഞുതുളുമ്പി. എള്ളെണ്ണ തേച്ചുകുളിച്ച്, രാവിലെ വാങ്ങിയ മുല്ലപ്പൂ ചൂടി, നെറ്റിയിൽ ചന്ദനമിട്ട് നടുവിൽ കുങ്കുമംതൊട്ട് – ഇത്രയ്ക്കു വശ്യഭംഗികളോടെയാണ് ആനന്ദവല്ലി കാത്തുനിന്നത്. ജഗദീശൻ ലഗേജുമായി അകമുറിയിലേക്കു പ്രവേശിച്ചു. പതിവുപോലെ വാചാലനാകാൻ ജഗദീശനു കഴിഞ്ഞില്ല. ആനന്ദവല്ലി പാതിരാ നേരത്ത് ജഗദീശന്റെ നെഞ്ചിൽ മുഖമമർത്തിയിട്ടും പ്രകോപനങ്ങൾ കൊണ്ടു വീർപ്പുമുട്ടിച്ചിട്ടും യാതൊരു പ്രതികരണവുമില്ലാതെ ജഗദീശൻ ഒരേ കിടപ്പു കിടന്നു.

ഒടുവിൽ ആനന്ദവല്ലി ഒട്ടും ആനന്ദമില്ലാതെ ആ രാത്രി പിന്നിട്ടു. പിന്നെയുള്ള രാത്രികളിൽ അവൾ സ്വപ്നം കാണാൻ തുടങ്ങി. ഒരു കപ്പിത്താൻ കുതിരപ്പുറത്ത് കടലിനെയും മേഘമാലകളെയും മറികടന്നു സമുദ്രത്തിന്റെ ഗന്ധമുള്ള പുതപ്പുമായി വരുകയാണ്. ആനന്ദവല്ലി തണുത്തു വിറച്ച് ആ പുതപ്പിലേക്കു കയറി.

മൂന്നു മാസത്തെ ഔദ്യോഗികം കഴിഞ്ഞ് ജഗദീശൻ തുറമുഖത്തി നടുത്തു പതിനാലു ദിവസംകൂടി വിശ്രമിച്ചു. പല പെൺമണവും ആസ്വദിച്ചു. ആഗ്രഹിക്കുംവിധമുള്ള കപ്പിത്താനായി.

പിന്നെയുള്ള ഇക്കാലമത്രയും ആനന്ദവല്ലിക്കു മുന്നിൽ ജഗദീശൻ പരാജിതനായ ഒരു കപ്പിത്താനായി കാലക്ഷേപം കഴിക്കുകയാണ്.

(കേരള കൗമുദി ഓണപ്പതിപ്പ്)

പിയാനോ

രാത്രി. അന്നപൂർണ്ണയുടെ ഷട്ടർ ശബ്ദായമാനമായ തെരുവു കാഴ്ച കളെ മറച്ചു. ദീപു ചുറ്റുമൊന്നു നോക്കി. കപ്പടാമീശക്കാരനായ ഇശക്കി മുത്തു കൗണ്ടറിലെ ബഹുവിധ ദൈവങ്ങൾക്കു മുന്നിലെ ഉയരമുള്ള കസേ രയിലാണ് ഇരിക്കുന്നത്. അയാൾ നോട്ടുകൾ അടുക്കി വെക്കുകയാണ്. നെഞ്ചുപൊട്ടുന്ന ചുമയമർത്തിക്കൊണ്ട് അരിമാവു കോരി കലത്തിലേ ക്കൊഴിക്കുന്ന ദുരൈ. മുരുകൻ നാളേക്കുള്ള പച്ചക്കറി അരിഞ്ഞുകൂട്ടുക യാണ്. അവന്റെ അരികിലൂടെ ഭൂമധ്യരേഖയിലേക്ക് ഇഴഞ്ഞുനീങ്ങുന്ന ഉറുമ്പിൻകൂട്ടം.

വസ്ത്രം മുഷിഞ്ഞു നാറുന്നു. മാറ്റാൻ രണ്ടാമതൊന്നു കൂടിയില്ല. പുതിയതൊന്നു വാങ്ങാൻ കാശൊട്ടു തികയുന്നുമില്ല. തരംപോലെ ഒന്നു രണ്ടുടുപ്പും നിക്കറുമൊക്കെ വാങ്ങണം. പോൺസിന്റെ പൗഡറും ചന്ദ്രിക സോപ്പും വീതിയുള്ളോരു കുര്യാങ്ങും – ഇത്രയും വാങ്ങാൻ കുറഞ്ഞത് ഇരുന്നൂറു രൂപയെങ്കിലുമാകും. അതു ചോദിച്ചപ്പോൾ കഴുത്തിനു പിടി ച്ചൊരു തള്ളും ശകാരവുമായിരുന്നു ഫലം. മൂടു കീറിയ നിക്കർ കൈകൊണ്ടു മറച്ചു പിടിച്ചാണ് ടേബിളിൽനിന്നു ടേബിളിലേക്കുള്ള യാത്ര. നഗ്നത പുറത്തു കാണാതിരിക്കാനും കരുതൽ വേണം.

കുടൽ കരിഞ്ഞ മണം. വിശപ്പ് വളരെ പതുക്കെയാണ് ശരീരത്തിന്റെ ഓരോ ഭാഗത്തേക്കും ഇഴഞ്ഞുകയറുന്നത്. ദീപു അരകല്ലിൽ ചാരിയി രുന്നു. എട്ടുകാലി വലനെയ്യുന്നതുപോലെ ഉറക്കം കണ്ണുകളിലൂടെ ഇഴ പാകിത്തുടങ്ങി. സത്യവേലും മുരുകനും ദുരൈയും പണികഴിഞ്ഞു വന്നാലേ എന്തെങ്കിലും തിന്നാനാകൂ.

ഇഷ്ടമുള്ളതൊന്നും എടുത്തുതിന്നാനുള്ള അനുവാദമില്ല. പ്രാതലിന് അധികം വന്ന ഇഡ്ഡലി. അല്ലെങ്കിൽ ദോശ. കേടായി എന്നുറപ്പുള്ള

സാമ്പാർ. കോമ്പിനേഷൻസൊക്കെ വിളമ്പാനുള്ളതാണ്. കഴിക്കാനുള്ള തല്ല. വളിക്കാത്ത കറികൾ കനലേറ്റി വീണ്ടും വീണ്ടും മേശമേൽ അണി നിരത്താറാണു പതിവ്. ചൂടുകയറ്റി നാറ്റം വമിക്കുമ്പോൾ അതു കുശിനി ക്കാർക്കായി നീക്കിവെക്കുന്നു.

ചുമരുകൾ കിടുങ്ങുന്ന ശബ്ദം. ഇശക്കിമുത്തു മുന്നിൽ വന്നുനിന്നു. ഭയപ്പാടോടെ മുന്നിൽ സത്യവേലുവും ദുരൈയും മുരുകനും. "അയ്യ അവ ന്ക്ക് ഉടമ്പ്ക് മൂടിയാലേ. അതുതാനെ..." മുരുകൻ പറഞ്ഞു. അതൊന്നും കേട്ടു ക്ഷമിക്കുന്ന പ്രകൃതമായിരുന്നില്ല ഇശക്കിമുത്തുവിന്റേത്. അയാൾ നിന്നുവിറച്ചു. ദീപുവിന്റെ ഉറക്കം തൂങ്ങിയ കണ്ണുകളിലേക്കു നോക്കി ഇശക്കിമുത്തു. പണിയെടുക്കുന്നതിൽ അലസന്മാരാണു മലയാളികൾ. സമ യാസമയങ്ങളിൽ മൂക്കുമുട്ടെ തിന്നുന്നതിലൊന്നും ഒരു കുറവും വരുത്താ റില്ല – ഇങ്ങനെ പോയി ഇശക്കിമുത്തുവിന്റെ ശകാരങ്ങൾ.

ഇരുവശവും അടുക്കിവെച്ചിരിക്കുന്ന അരിയുടെയും പഞ്ചസാരയു ടെയും ചാക്കുകെട്ടുകൾ. കമ്പോളം വ്യാപാരത്തെ ബാധിക്കാതിരിക്കാ നായി വാങ്ങിക്കൂട്ടിയ ഉരുളക്കിഴങ്ങും കാന്തയുള്ളിയും. അനുസരണ യോടെ ദീപു ഇശക്കിമുത്തുവിനു പിന്നാലെ നടന്നു. അയാളുടെ സിൽക്ക് ജുബ്ബയിൽനിന്നും നല്ല വാസന. ഇടയ്ക്കിടെ ഇശക്കിമുത്തു അത് സ്വയം മണത്തുനോക്കി.

മൂത്രപ്പുരയിലേക്കുള്ള വഴുവഴുപ്പൻ വഴി. അവിടമാകെ വെള്ളംകോ രിയൊഴിച്ചു വൃത്തിയാക്കാനായിരിക്കുമോ ഇശക്കിമുത്തുവിന്റെ ആജ്ഞ. ആണെങ്കിൽ അനുസരിക്കാതെ വയ്യ. ഇശക്കിമുത്തുവിന്റെ കൈയൊന്നു ചെകിടത്തുവീണ്ണാൽ പൊന്നീച്ച പറക്കുമെന്നുറപ്പാണ്. മുരുകന്റെ കണ്ണ് ഇപ്പോഴും കലങ്ങിമറിഞ്ഞു കിടക്കുന്നതു വെറുതെയല്ലല്ലോ.

ഇശക്കിമുത്തു രണ്ടാംമുണ്ടൊന്ന് ആഞ്ഞു കുടഞ്ഞു. അരണ്ടവെട്ട ത്തിൽ സ്വർണ്ണംകെട്ടിയ പല്ലിന്റെ തിളക്കം പത്തരമാറ്റ്. എന്തിനാവാം തന്നെ ഇങ്ങോട്ടു വിളിച്ചുകൊണ്ടുവന്നത്? ഉറക്കമൊഴിച്ചിരുന്നു ചെയ്യേണ്ട പണി വല്ലതും പറഞ്ഞേല്പിക്കാനാകുമോ? ദീപു പേടിയോടെ ഇശക്കി മുത്തുവിനെ നോക്കി. പതുക്കെപ്പതുക്കെ ഒരാന്തൽ അകമേ നീറിനിറി പടരും പോലെ.

"ഉക്കാറുങ്കോ ഉക്കാറുങ്കോ."

ഇങ്ങനെ പറഞ്ഞുകൊണ്ട് ഇശക്കിമുത്തു പകുതി പകർന്നെടുത്ത മല്ലിച്ചാക്കിലേക്ക് ഇരുന്നു. അയാൾ നോട്ടുകൾ വിടർത്തിയെണ്ണി. ശേഷം രണ്ടു നൂറിന്റെ നോട്ടുകൾ വക്കുപിഞ്ഞിത്തുങ്ങിയ ദീപുവിന്റെ പോക്കറ്റി ലേക്കു തിരുകിവെച്ചു. ഇടവിട്ടിടവിട്ട് സ്വർണ്ണച്ചിരി ചിരിച്ചു.

ഇശക്കിമുത്തു മുട്ടുകുത്തിയിരുന്നു. നെറ്റിയിൽ നിറയെ ചന്ദനം വാരി പൂശിയിട്ടുണ്ട്. ഒരുനിമിഷം കണ്ണുകൾ അടച്ചുനിന്ന ഇശക്കിമുത്തു ദീപു വിന്റെ അരക്കെട്ടിൽ പിടിച്ചൊന്നമർത്തി. ഞൊടിയിടകൊണ്ടു ബട്ടൻ വലിച്ചുപൊട്ടിച്ചു. ഇശക്കിമുത്തുവിന്റെ കണ്ണുകൾ തിളങ്ങി. കൈകൾ വിറച്ചു. ശബ്ദമിടറി.

അത്രനേരവും തോന്നിയ സംശയം അവസാനിച്ചു. ഇനി അമാന്തി ക്കരുതെന്ന് ദീപുവിനു തോന്നി. ആയപ്പെട്ടു പിന്നോട്ടു മാറിയാൽ ഇശക്കി മുത്തു പിടിവിടുമെന്നുറപ്പില്ല. വെപ്പുപല്ലാണ്. കൊണ്ടുകീറിയാൽ വേദന സഹിക്കാനാവില്ല. ഒരുപായം മനസ്സിലേക്കെത്തിയെങ്കിൽ. ദീപു കണ്ണു കൾ മുറുകെ അടച്ചു.

"നീ ചുണ്ണിയിൽ കടിച്ചയാ. നാൻ ഉന്നെ ചുമ്മാ വിടമാട്ടെ."

ഇശക്കിമുത്തു എരിപൊരികൊണ്ട് ദീപുവിനു പിന്നാലെ പാഞ്ഞു.

ഇരട്ടിവേഗത്തിൽ തിരിച്ചോടി. തൊട്ടുപിന്നിൽ തെറിയുടെ പൂര ക്കെട്ട്. ഒരു രാത്രിപോലും ഇവിടെ ഇനി തുടരാനാവില്ല. അങ്ങനെയു ണ്ടായാൽ മോഷണക്കുറ്റമോ മറ്റോ ചുമത്തി ഇശക്കിമുത്തു പൊലീസി നെക്കൊണ്ടു പിടിപ്പിക്കും. ഇടംവലം നോക്കാതെ ദീപു ഓടി. തെരു വിന്റെ മങ്ങിയ വെളിച്ചത്തെയും ഇടവഴികളുടെ കുറ്റാക്കൂറ്റിരുട്ടിനെയും പിന്നിലാക്കി ഓടിത്തുടങ്ങുംമുമ്പ് മുന്നിലെ അടഞ്ഞ ഷട്ടറിലേക്ക് ദീപു നോക്കി.

മുരുകന്റെ മുഖത്തും ശരീരത്തുമൊക്കെ അരിമാവു തെറിച്ചുവീണി ട്ടുണ്ട്. അവിടെ നടന്നതിലൊന്നും യാതൊരു പുതുമയും തോന്നാത്ത മട്ടിലാണ് അവന്റെ ഇരിപ്പ്. ഷട്ടർ ആഞ്ഞുപൊക്കി രക്ഷപ്പെടണമെങ്കിൽ ഒരു മിനിട്ടെങ്കിലും വേണം. അത്രയുംനേരം ഇശക്കിമുത്തുവിനെ ഒരങ ലാപ്പിൽപ്പെടുത്താതെ വയ്യ. അയാൾ ശ്രമിച്ചതെന്തിനു തന്നെയാണെങ്കിലും അതു മറ്റാരോടും പറയാൻ നില്ക്കാതിരിക്കുന്നതാണു ബുദ്ധി. എന്തി നാണോ ഇശക്കിമുത്തു തുനിഞ്ഞത് അത് അയാൾ തന്റെ പേരിൽ ചാർത്തിത്തന്നു കൂടായ്കയില്ല. മറ്റുള്ളവർ അയാൾ പറയുന്നതേ വിശ്വ സിക്കാൻ സാദ്ധ്യതയുള്ളൂ. അപരിചിതരുടെ വാക്കുകൾ അത്ര പെട്ടെ ന്നൊന്നും ആർക്കും വിശ്വാസം വരണമെന്നില്ലല്ലോ. ഇശക്കിമുത്തുവിന് അനിഷ്ടം വന്നതോടെ സെന്നിമലയെ എത്ര പെട്ടെന്നൊരു മോഷ്ടാവാ ക്കാൻ അയാൾക്കു കഴിഞ്ഞു.

ദീപു ഒരുനിമിഷം പകച്ചുനിന്നു. തൊട്ടുപിന്നിൽ ഇശക്കിമുത്തു. സത്യവേൽ അരിമാവു കോരിത്തീർന്നിട്ടില്ല. മുരുകൻ കിതയ്ക്കുന്നുണ്ട്. വിയർക്കുന്നുമുണ്ട്. താൻ അരിമാവുപാത്രം പൊക്കിയെടുത്ത് ഇശക്കിമു ത്തുവിന്റെ തലവഴി തൂവുമെന്ന് ആരും പ്രതീക്ഷിച്ചില്ല. താഴേക്കൊഴുകി യിറങ്ങുന്ന അരിമാവ് ഇശക്കിമുത്തുവിന്റെ കാഴ്ചയെ മറച്ചു. അരിമാവു തുടച്ച് കണ്ണുകൾ തുറന്നുപിടിക്കാൻ ശ്രമിച്ച ഇശക്കിമുത്തു. ആ നേരത്ത് കുരുമുളകുപൊടി വിതറാൻ തയ്യാറായി താൻ മുന്നിലുണ്ടാകുമെന്ന് ഇശ ക്കിമുത്തു ഒട്ടുംതന്നെ കരുതിയിട്ടുണ്ടാവില്ല. നീറ്റലിന്റെ നിലവിളിയാൽ ഇശക്കിമുത്തു നിന്നു വിറച്ചു.

ഷട്ടർ പൊങ്ങി ഇരുട്ടിലേക്ക് ഓടിയിറങ്ങുമ്പോൾ തലയും കാലു മൊക്കെ എവിടെയൊക്കെയോ തട്ടി. പിന്നെ ഇടംവലം നോക്കാതെയുള്ള പാച്ചിലായിരുന്നു. ഇശക്കിമുത്തു തിരുകിവെച്ചുതന്ന ഇരുന്നൂറു രൂപ പോക്കറ്റിൽനിന്ന് ഊർന്നുപോയിട്ടില്ല. ദീപു ആശ്വാസത്തോടെ പീടിക

വരാന്തകളിലൊന്നിൽ ഇരുന്നു. ഇരുട്ടു കനത്ത തെരുവ്. എവിടെയോ ക്കെയോനിന്നും അമർത്തിപ്പിടിച്ചുള്ള സംഭാഷണം. ഒരുവനെ തെറി കൊണ്ടഭിഷേകം നടത്തുന്ന സ്ത്രീശബ്ദം. അവളുടെ വേദന മുറ്റിയ ഞരക്കം. ഒടുവിൽ പുരുഷന്റെ വേച്ചു വേച്ചുള്ള നടത്തം. രാഭയത്തോടെ ദീപു നാലുചുറ്റും നോക്കിയിരുന്നു.

തെരുവ് അപരിചിതനെപ്പോലെ ദീപുവിനെ നോക്കി. നീണ്ട വരാ ന്തയിൽനിന്നും മുറ്റത്തേക്കിറങ്ങിവന്ന പാറാവുകാരൻ. നിശ്ചിത ഇടവേള കൾക്കിടയിൽ കേൾക്കുന്ന മുഴക്കമുള്ള കാലൊച്ച. ഓരോ പാറാവുകാ രനും ജീവിതത്തിന്റെ ഓരോ രാത്രിയിലും ഒരു വിഴിത്തിരിവു പ്രതീക്ഷി ക്കുന്നു. നോട്ടുകെട്ടുകൾ നിറച്ച ഒരു ചാക്കുകെട്ട് അല്ലെങ്കിൽ തലയ്ക്ക് ഇനാം പ്രഖ്യാപിച്ച ഒരു കൊടുംഭീകരൻ – ഇതിലെന്തെങ്കിലുമൊന്നു തങ്ങ ളുടെ നിശാജീവിത്തിലേക്കു വരുമെന്ന് ഓരോ പാറാവുകാരനും സ്വപ്നം കാണുന്നു. അങ്ങനെയൊന്നും സംഭവിക്കാതെ നിരാശനായ പാറാവുകാ രനാണ് മുന്നിൽ നില്ക്കുന്നതെങ്കിലോ? അയാൾ വിസിലൂതി അപായ സൂചന പുറപ്പെടുവിക്കും. ഒറ്റനാണയമിട്ട് അയാൾ പൊലീസ് സ്റ്റേഷനി ലേക്കു വിളിക്കും. പിന്നീട് എന്താണു സംഭവിക്കുന്നതെന്ന് ഒരു തിട്ടവു മില്ല. രാത്രിയിൽ ഒറ്റപ്പെടുന്നവർക്കും എടുത്തുപറയാൻ ഒരു മേൽവിലാ സമില്ലാത്തവർക്കും ദയയോ ദാക്ഷിണ്യമോ ലഭിക്കാനിടയില്ല. അവർ പൊലീസ് സ്റ്റേഷനുകളിലും കോടതിയിലുമൊക്കെ ചെയ്യാത്ത കുറ്റങ്ങൾ ഏറ്റുവാങ്ങുന്നു.

ദീപു മരഗോവണിയിലൂടെ മേലോട്ടു കയറി. വെളിച്ചമെത്തുംവരെ ഒളിക്കാനൊരിടം. ശബ്ദമുണ്ടാക്കാതെ ദീപു പടവുകളിലൊന്നിൽ ഇരുന്നു. രാത്രി പലവിധ നിഗൂഢതകൾ വഹിച്ചുകൊണ്ടു തെരുവിനുമേൽ ഇരുണ്ടു വീണു. ഒറ്റപ്പെടൽ നേരിയ ഭയത്തെക്കൂടി ഇല്ലാതാക്കും; ചില നേരങ്ങ ളിൽ. മറ്റു ചിലപ്പോഴാകട്ടെ ഭയമിരട്ടിക്കുകയും ചെയ്യും. കണ്ണുകൾ മുറു ക്കെയടച്ചു തട്ടിൻ പുറത്തെ മുറുമുറുക്കലുകൾ കേട്ട് ദീപു ചുമരിലേക്കു ചാരിയിരുന്നു.

പാറാവുകാരന്റെ വിസിൽ കേട്ടാണ് ദീപു കണ്ണുകൾ തുറന്നത്. ഇരു ട്ടിലൂടെ മറ്റൊരു സ്ത്രീ. അവർ പരിഭ്രമത്തോടെ തിരിഞ്ഞുനോക്കുന്നു. ഒരു നിഴൽ സ്ത്രീക്കു പിന്നിൽ പ്രത്യക്ഷപ്പെട്ടു. ടൂറിസ്റ്റ് ബംഗ്ലാവിനു മുന്നി ലേക്കിറങ്ങിവന്ന പാറാവുകാരൻ. അയാളുടെ വരവു കണ്ടതോടെ ഇരു ട്ടിൽ പതുങ്ങിനിന്ന നിഴൽരൂപം അപ്രത്യക്ഷമായി. ദൂരെനിന്നും വീണ്ടും സൈറൻ. അതുകേട്ടതോടെ കൂടുതൽ പരിഭ്രാന്തയായ സ്ത്രീ മരഗോവ ണിക്കു താഴെ വന്നു പതുങ്ങി. അവർ ശ്വാസവേഗത്തിന്റെ ഒച്ചപോലും അമർത്തിയൊതുക്കുന്നുണ്ടായിരുന്നു.

പെട്ടെന്നാണ് മയക്കം കണ്ണുകളെ വന്നുമൂടിയത്. പകൽ നേരത്തെ ആയാസങ്ങൾ വല്ലാതെ തളർത്തിയിരുന്നു. കൊണ്ടുരഞ്ഞിടമൊക്കെ വേദ നിക്കാൻ തുടങ്ങി. അതൊക്കെ മറികടന്നും ശരീരം ഉറക്കത്തിനുവേണ്ടി പരവേശപ്പെട്ടു. മുട്ടിന്നിടയിലേക്കു തലപുഴ്ത്തിവെച്ചിരിക്കുമ്പോൾ

കടലിന്റെ ഗന്ധം ദീപുവിനെ വന്ന് വീണ്ടും തൊട്ടു. കേൾവിയിൽ നിറയെ ഐലസകൾ. വല കരയിലേക്കു വലിച്ചു കയറ്റുമ്പോഴുള്ള ആവേശം തുളുമ്പുന്ന നാട്ടുവഴക്കങ്ങൾ.

ദീപു പ്രക്ഷുബ്ദ്ധമായ കടൽ വീണ്ടും കണ്ടു. കരയിൽവന്നു തൊട്ടും തിരിച്ചിറങ്ങിയും ശാന്തമായി കിടന്ന കടൽ എത്ര പെട്ടെന്നാണ് ആകാശം മുട്ടെ സീൽക്കാരമാരംഭിച്ചത്...

തുടൽവട്ടത്തുകിടന്ന് കുരച്ചുചാടുന്ന കൈസർ. കടലിലേക്കു നോക്കിയുള്ള മോങ്ങൽ. മുറ്റത്ത് തീറ്റതേടി തലങ്ങും വിലങ്ങും നടക്കുന്ന താറാവിൻ കൂട്ടം. കന്നാലികളുടെ സംഭീതി നിറഞ്ഞ കരച്ചിൽ. പക്ഷികൾ ഉയർന്ന മരക്കൊമ്പുകളിൽ വല്ലാത്തൊരു നിശ്ശബ്ദതയിലകപ്പെട്ടതുപോലെ. ദീപു പതുക്കെ എണീറ്റു.

അകലെനിന്നും ആരുടെയൊക്കെയോ നിലവിളി അടുത്തടുത്തു വരുന്നു. സുരയും രമേശനുമൊക്കെ നിലവിളി കേട്ട ഭാഗത്തേക്ക് ഓടിപ്പോകുന്നുണ്ട്. എന്താണു സംഭവിക്കുന്നതെന്നൊരു രൂപവുമുണ്ടായിരുന്നില്ല. അപ്രതീക്ഷിതമായ പൂക്കാറുകൾ കടപ്പുറത്തു സാധാരണമാണ്. ഒട്ടുമിക്ക വൈകുന്നേരങ്ങളിലും ആളോട്ടവും വെല്ലുവിളിയുമൊക്കെ സാധാരണം.

അമ്മ അരി വാർത്തുകൊണ്ടിരുന്നു. ഓലമേഞ്ഞ എരുത്തിലിലേക്ക് ഒരു കുത്തു കച്ചിയുമായി കയറിപ്പോകുന്ന അച്ഛൻ. നേരിയ ഭയം തോന്നി. അകലെ കേട്ട നിലവിളി അച്ഛനും അമ്മയും കേട്ടതായി തോന്നുന്നില്ല. ദീപു പതുക്കെ ചെന്തെങ്ങിന്റെ ചുവട്ടിലേക്കു നടന്നു. വേലിക്കരികെയുള്ള അലക്കുകല്ലിൽ കയറിനിന്നാൽ ചുറ്റും നടക്കുന്നതൊക്കെ വ്യക്തമായി കാണാം. അടുത്തടുത്തുവരുന്ന നിലവിളികൾ. ആകാശത്തോളം ഉയർന്നു പൊങ്ങിയ കടലിന്റെ നാവിൽ കൊരുത്തുകിടക്കുന്ന മനുഷ്യർ. ചിലർ കയർപോലെ ചുറ്റിവരിയുന്ന ജലത്തിന്റെ ആഴത്തിലേക്കു ചുഴ്ന്നുപോകുന്നു. രക്ഷപ്പെടാനുള്ള എല്ലാ ശ്രമങ്ങളും പരാജയപ്പെടുന്നതോടെ ജീവിതത്തിനും മരണത്തിനുമിടയിൽ നിശ്ചലരായിപ്പോകുന്നവർ. കുതറാൻ ശ്രമിക്കുന്നവർ.

തിര വീടിനെയും കടന്ന് പാറക്കെട്ടിലേക്കു കയറുകയാണ്. പുറത്തെ ആരവം കേട്ടതുകൊണ്ടാകണം അച്ഛനുമമ്മയും പുറത്തേക്കിറങ്ങിവന്നു. അവർ നിലവിളിച്ചുകൊണ്ട് അലക്കുകല്ലിനരികിലേക്ക് ഓടിയെത്തി. ഒരു തിര പാറയിടുക്കിനുമപ്പുറം പ്രത്യക്ഷമായി. ഒരുനിമിഷം നിശ്ചലമായി നിന്നശേഷം പാപ്പിച്ചിയുടെ ഏറുമാടത്തെയും ഓലപ്പുരയെയും മായ്ച്ചുകൊണ്ടത് തിരിച്ചിറങ്ങി. അപ്പോഴേക്കും അരികെയെത്തിയ അച്ഛനുമമ്മയ്ക്കുമരികിലേക്ക് ദീപു ഓടി. അവിടെ അവരുടെ നിർത്താതുള്ള നിലവിളി മാത്രമേ അവനെ കാത്തുനിന്നുള്ളൂ.

കാറ്റ് കുറുമ്പിട്ട് അവിടമാകെ ചുറ്റിയടിച്ചു. വല്ലാത്തൊരു ഗന്ധമുണ്ടായിരുന്നു അപ്പോഴത്തെ കാറ്റിന്. ആകാശം മേഘാവൃതമായിരുന്നു. ഒച്ചയില്ലാതെ ഒറ്റപ്പെട്ട പക്ഷികൾ ആകാശത്തിലൂടെ പറന്നകന്നു കൊണ്ടി

രുന്നു. പരൽമീൽ ചെതുമ്പൽപോലെ എന്തോ ഒന്ന് ആകാശത്തുനിന്നും ഭൂമിയിലേക്കു പറന്നിറങ്ങുന്നതായി ദീപുവിനു തോന്നി. പിന്നീടുണ്ടായ തൊന്നും ഓർമ്മയുടെ ഒതുക്കുകളിലുണ്ടായിരുന്നില്ല. ഒരു നീണ്ട ഉറക്ക ത്തിനിടയിൽ നഷ്ടപ്പെട്ട ഓർമ്മകൾപോലെ എന്തൊക്കെയോ ചിലതു മനസ്സിൽ പെരുകി നിറഞ്ഞു.

അലക്കുകല്ലിനെ നാവുനീട്ടിയ തിര വന്നു വിഴുങ്ങിയതെപ്പോഴാണ്? കൊന്നത്തെങ്ങുകൾ കടപുഴകിയതെങ്ങനെയാണ്? എങ്ങനെയാണ് ഇശ ക്കിമുത്തുവിന്റെ ഹോട്ടലിനു പിന്നിലെ കുശിനിപ്പുരയിൽ എത്തിയത്?

കണ്ണുതുറക്കുമ്പോൾ മുന്നിൽ മുരുകനും ദുരൈയും സെന്നിമലയും. അവരുടെ ഭയപ്പാടു നിറഞ്ഞ നോട്ടം. ഇശക്കിമുത്തുവിന്റെ കർക്കശമായ ഉത്തരവുകൾ. മല്ലിച്ചാക്കിനുമേൽ തെറിച്ചുവീണ രക്തം. അയാളുടെ വേദന മുറ്റിയ കരച്ചിലും പിന്നീടുണ്ടായ ഭീഷണിയും. ദീപു മരഗോവണിയിൽ ഒന്നിളകിയിരുന്നു. നിശ്ശബ്ദതയിൽ ഗോവണിയുടെ ഞരക്കത്തിൽ ചുറ്റും ഭീതിയോടെ നോക്കുന്ന സ്ത്രീ.

ടിക്കറ്റ് കൗണ്ടറിൽവെച്ച് ദീപു പോക്കറ്റ് തപ്പി. നിലത്തുനിന്നും ഒരു തരിപ്പ് പെരുവിരലിലൂടെ മേലോട്ടരിച്ചുകയറി വന്നു. എവിടെവെച്ചാവും പോക്കറ്റ് മുറിച്ചുമാറ്റിയത്! അവസാനം കയറിയ ബസിൽ മണ്ണുനുള്ളിയി ട്ടാൽ നിലത്തു വീഴാത്തത്ര തിക്കും തിരക്കുമുണ്ടായിരുന്നു. കുണ്ടും കുഴീം നിറഞ്ഞ വഴിയിലൂടെ ഇരുപുറം തരിശ്ശായ വേനൽച്ചൂടിലൂടെ ബസ് കട ന്നുപോന്നു. അതിനിടെ അസഹ്യമായ ക്ഷീണത്താൽ ഉറങ്ങിത്തൂങ്ങിയി രുന്നു. പോക്കറ്റ് കത്രിച്ചുപോയത് അറിഞ്ഞിട്ടുണ്ടാവില്ല. അധികം ആലോ ചനയിൽ മുഴുകാതെ നേരെ ദീപു പ്ലാറ്റ്ഫോമിലേക്കു നടന്നു.

തീവണ്ടി പുറപ്പെടുകയാണ്. ദീപു തിരക്കുള്ളൊരു കമ്പാർട്ട്മെന്റി ലേക്ക് ഊർന്നുകയറി. പലവിധ ഭൂപ്രദേശങ്ങളെ മറികടന്നു തീവണ്ടിയുടെ വേഗമേറി. ടിക്കറ്റ് പരിശോധകരുടെ കണ്ണിൽപെടാതെയിരിക്കാനുള്ള ഉപാ യങ്ങൾ തേടി. വാണിഭക്കാരും തമിഴ്പാട്ടും പിരിവും നടത്തുന്ന കുട്ടിക ളുമൊക്കെയായി ചെറിയൊരു ഉത്സവദൃശ്യത്തെ അനുസ്മരിപ്പിക്കുന്ന കമ്പാർട്ട്മെന്റ്. ചെറിയ തുകകൾ കൈപ്പറ്റി പ്രസന്നഭാവത്തിൽ നടന്നക ലുന്ന കറുത്ത കുപ്പായക്കാർ. ഭാഗ്യം മഹാഭാഗ്യം. അവരുടെ കണ്ണിൽ പെട്ടില്ലല്ലോ.

ഒരു തണുത്ത കാറ്റ് വന്നുതൊട്ടപ്പോഴാണ് ദീപു കണ്ണുകൾ തുറ ന്നത്. പ്രഭാതം തീവണ്ടിയുടെ ജനാലയ്ക്കൽ വന്നു നില്ക്കുന്നു. പുറത്ത് പരസ്യവാചകങ്ങൾ. യാത്രക്കാരിൽ ചിലരൊക്കെ ഉണർന്നെണീറ്റു പക ലിനെ നോക്കിയിരിക്കുന്നു. മറ്റു ചിലർ ഉറക്കത്തെ ഉപേക്ഷിക്കാതെ ചാഞ്ഞും ചെരിഞ്ഞും കിടക്കുകയാണ്. ദീപു അവർക്കിടയിലൂടെ നടന്നു. സ്റ്റേഷനേതെന്ന് ദീപു ശ്രദ്ധിച്ചു. കായംകുളത്തുനിന്നും തീവണ്ടി പുറ പ്പെടുമുമ്പ് പുറത്തേക്കിറങ്ങണം. തിരികെ നാലഞ്ചു കിലോമീറ്റർ ബസി ലിരുന്നാലേ വീട്ടിലേക്കുള്ള സ്റ്റോപ്പിലെത്തൂ. അവിടെനിന്നും ചെങ്കുത്തായ ഇറക്കമിറങ്ങി പോകണം.

വിരലിലെണ്ണാവുന്നവർ മാത്രം തീവണ്ടിയിൽ നിന്നിറങ്ങി. ദീപു അവർക്കിടയിലൂടെ പുറത്തേക്കിറങ്ങി നടന്നു. ടിക്കറ്റില്ലാതെ യാത്ര ചെയ്ത തിന്റെ ഉൾഭയം പതുക്കെ അയഞ്ഞുവരാൻ തുടങ്ങി. സ്റ്റേഷനും പുറംവ ഴിക്കും മദ്ധ്യേയുള്ള ഇടറോഡിൽ തട്ടുകട സജീവമായിത്തുടങ്ങുന്നു. ഒറ്റ ക്കൈയനായ വൃദ്ധൻ പെട്രോമാക്സിലേക്കു ഗ്യാസു കയറ്റുകയാണ്. മറ്റൊരാൾ ദോശക്കല്ലിലേക്ക് എണ്ണമെഴുക്ക് തേച്ചുപിടിപ്പിക്കുന്നു. അച്ഛനും അമ്മയ്ക്കുമൊപ്പം കാഴ്ചബംഗ്ലാവു കണ്ടുമടങ്ങുമ്പോഴാണ് അവസാന മായി ഇവിടന്നു ഭക്ഷണം കഴിച്ചത്.

ബസൊന്ന് ഇരമ്പലോടെ മുന്നിൽ വന്നുനിന്നു. ബോർഡ് കാണാതെ തന്നെ അത് വീടിനു തെക്കുപുറമുള്ള വഴിയിലൂടെ പോകുന്നതാണെന്നു മനസ്സിലായി. ദീപു ബസിലേക്ക് ഓടിക്കയറി. കണ്ണാടിയിൽ വരച്ചു വെച്ചി ട്ടുള്ള കങ്കാരുവിന്റെ ചിത്രത്തിലേക്കു നോക്കി അവൻ നിന്നു. ഓച്ചിറക്കളി കണ്ട് പലതവണ തിരിച്ചുപോയിട്ടുള്ളതും കങ്കാരുവിന്റെ ചിത്രമുള്ള ബസി ലാണ്.

ദൂരെനിന്നുതന്നെ കാണാം കടപ്പുറത്ത് അണിയിട്ടിരിക്കുന്ന വള്ള ങ്ങൾ. വല നിവർത്തിയും മടക്കിയും നില്ക്കുന്നവർ. അവർക്കരികിലേക്ക് ദീപു നടന്നു. ഒരുപക്ഷേ, അച്ഛനും അമ്മയും അവർക്കിടയിലുണ്ടാകും. തന്നെ കാണാതെ അങ്കലാപ്പിലായ അവർ ഒരുനിമിഷംകൊണ്ടു പഴയ അവസ്ഥയിലേക്കെത്തിയേക്കാം. ഇടതുവശത്തോട്ടുള്ള ചെറിയ ഇടവഴി യിറങ്ങുമ്പോഴാണ് ജാൻസിയുടെ വീട്. അവൾ പതിവുപോലെ ഒറ്റയ്ക്കു നടക്കുകയാവും. ഒരു നിമിഷം ദീപു അവിടെനിന്നു. കടൽ യാതൊരു ഭാവഭേദവുമില്ലാതെ ഇരമ്പുന്നുണ്ട്. ഇടയ്ക്ക് കരയിലേക്കു വന്നു. ശാന്ത മായി തിരിച്ചിറങ്ങുന്നുണ്ട്. ഈ കടൽത്തന്നെയാണോ അന്ന് കലികൊ ണ്ടലറിയതെന്ന് ദീപുവിനു വിശ്വാസം വന്നില്ല. തനിക്കുമേലേക്കൂടി ശബ്ദ മുണ്ടാക്കി പറന്നുപോകുന്ന എരണ്ടപ്പക്ഷികൾ. അവ വെള്ളിമേഘങ്ങളി ലേക്കു വില്ലിന്റെ രൂപത്തിൽ ചിറകടിച്ചിരിക്കുകയാണ്.

ദീപു അലക്കുകല്ലിനരികെ എത്തി. അവിടെനിന്നു നോക്കിയാൽ വീടു കാണേണ്ടതാണ്. ഒരുപക്ഷേ, തെറ്റാനിടയില്ലാത്ത വഴി തെറ്റിയിട്ടുണ്ടാ കുമോ? ദീപു നാലുപാടും നോക്കി. ഇല്ല. അലക്കുകല്ലിൽനിന്നും തന്റെ പേരു മാഞ്ഞു പോയിട്ടില്ല. ഒരിക്കൽ കല്ലുകൊത്താൻ വന്ന മനുഷ്യനോട് അലക്കുകല്ലിൽ തന്റെ പേരു കൊത്താമോ എന്നു ചോദിച്ചതാണ്. അമ്മ അരകല്ലും ആട്ടുകല്ലുമൊക്കെ രാകിച്ചു കഴിഞ്ഞപ്പോൾ അയാൾ ഓട്ടുമുറി കൊണ്ടെഴുതിയ പേര് രാകിപ്പതിച്ചു. തിരയിളക്കത്തിൽ അലക്കുകല്ലും അതിലെ പേരും മാഞ്ഞു പോയിട്ടില്ല.

ദീപു മറയാൻപോകുന്ന സൂര്യനുനേരെ നടന്നു. വീടു നിന്നിടത്തെ ത്തിയതോടെ പരിചിതമായ ശബ്ദങ്ങൾ തന്റെ പേരുചൊല്ലി വിളിക്കുന്ന തായി അവനു തോന്നി. അച്ഛന്റെ പതിഞ്ഞ കാലൊച്ച. അമ്മയുടെ പതിഞ്ഞ ശബ്ദം. അവയൊക്കെ അടുത്തടുത്തുവരുംപോലെ. മുറ്റത്ത് കൈസർ ഓടി നടക്കുന്നു. അരണ്ട വെളിച്ചത്തിൽ അത്ര നേരവും ഇല്ലാ

തിരുന്ന ഒരു വീട് മുന്നിൽ പ്രത്യക്ഷപ്പെടുന്നതായി ദീപുവിനു തോന്നി. അവൻ ഭൂമിയിലേക്കിരുന്നു. ആഴത്തിൽനിന്നും അച്ഛന്റെയും അമ്മയുടെയും സ്വരം തന്റെ പേരുചൊല്ലി വിളിക്കുന്നത് ദീപു കേട്ടു.

രാത്രിയിലേക്കിറങ്ങി. അലക്കുകല്ല് കാണാനാവാത്തത്ര ദൂരത്തായി രിക്കുന്നു. അവശിഷ്ടങ്ങൾ നിറഞ്ഞ കടൽത്തീരത്ത് രാത്രിക്കൊപ്പം തനിച്ച്. ജാൻസിയുടെ വീട്ടിലേക്കുള്ള ഇറക്കത്തിൽ ദീപു നിന്നു. നിറഞ്ഞ നിശ്ശബ്ദതയിൽ അവൻ ജാൻസിയുടെ വീട്ടിലേക്കു നോക്കി. അവിടെ വെളിച്ചമോ ആളനക്കമോ കാണാനുണ്ടായിരുന്നില്ല. കടലിറമ്പിലൂടെ നട ക്കുമ്പോൾ കാലിൽ തടഞ്ഞുകിട്ടിയ കളിപ്പാട്ടം. മൺവഞ്ചി പൊട്ടിച്ചപ്പോൾ ജാൻസി വാങ്ങിത്തന്ന പിറന്നാൾ സമ്മാനം.

നഗരത്തിലേക്കുള്ള തീവണ്ടിയിൽ റിസർവേഷനില്ലാതെ പിയാനോ നെഞ്ചോടമർത്തി ദീപു ഇരുന്നു. ചുറ്റും പല ഭാഷക്കാരുടെ ഒച്ചയെടുപ്പു കൾ. വാണിഭവും പാട്ടുമൊക്കെ അരങ്ങേറിയിട്ടും കണ്ണുകൾ തുറന്നില്ല. അവൻ തന്നെ സ്വീകരിക്കാൻപോകുന്ന നഗരം കാണുകയാണ്. അവിടെ കാത്തിരിക്കാനിടയുള്ള രാത്രികളെയും അപരിചിതരെയും അവൻ അവന്റെ അകത്ത് നോക്കിനിന്നു. ഉരഞ്ഞ നെറ്റിയിലെ നീറ്റൽ അസഹ്യ മായപ്പോൾ ദീപു നിലത്തു നിന്നെണീറ്റ് തീവണ്ടിയുടെ വാതിലിലേക്കു നടന്നു.

(മാതൃഭൂമി ആഴ്ചപ്പതിപ്പ്)

കടൽച്ചൊരുക്ക്

ഭൂമിയിൽനിന്നും വിടപറഞ്ഞതിന്റെ ഒൻപതാം വർഷം തികയുന്ന പ്രഭാതത്തിൽ ഫാദർ മൈക്കൽ ആൽബിനോ ഒരു ഞെട്ടലോടെയാണു ഉണർന്നത്. ഒരിക്കൽക്കൂടി, ഒരിക്കൽക്കൂടി; മാത്രം ഭൂമിയിലേക്കു തിരിച്ചുപോകണമെന്ന് ആൽബിനോ ആഗ്രഹിച്ചു.

ഒൻപതു വർഷങ്ങൾക്കിടയിൽ പലതവണ സ്വർഗ്ഗത്തിൽനിന്നും ഭൂമിയിലേക്കു തുറക്കുന്ന ഏക കവാടത്തിൽ സഭാവസ്ത്രത്തോടെ ഫാദർ ആൽബിനോ എത്തിയതാണ്. അപ്പോഴൊക്കെ ഭൂമിയിലെ അവസാനരാത്രിയിൽ കണ്ട കാഴ്ചകൾ മടക്കയാത്ര എന്ന ആഗ്രഹത്തിൽനിന്നും ആൽബിനോവിനെ പിന്തിരിപ്പിച്ചു.

മനുഷ്യർ പരസ്പരം കടലിലും കരയിലും നടത്തിയ രക്തപ്പടർച്ചയും പ്രകോപനങ്ങളും എത്ര തുടച്ചിട്ടും മനസ്സിൽനിന്നും പടിയിറങ്ങിപ്പോയില്ല. കുട്ടികളുടെയും സ്ത്രീകളുടെയും മുറിഞ്ഞുവീണ വിരലുകൾ. പുരുഷന്മാരുടെ തലകളിൽ പുറത്തേക്കുന്തിനില്ക്കുന്ന കണ്ണുകൾ. നെഞ്ചു പിളർന്ന മനുഷ്യശരീരങ്ങൾ. സ്വന്തം ഭവനങ്ങൾ എരിഞ്ഞൊടുങ്ങുന്നതു കണ്ട് നിലവിളിക്കാനാവാതെ കടൽപ്പാലത്തിൽനിന്നും കടലിന്റെ ആഴത്തിലേക്കു വീണുമരിച്ചവർ.

രാത്രി ഏറെ വൈകിയാണ് അന്ന് മൈക്കൽ ആൽബിനോ ഉറങ്ങാൻ കിടന്നത്. ഫാദർ സെർബി ഫെർണാണ്ടസ് ദക്ഷിണാഫ്രിക്കൻ പര്യടനം കഴിഞ്ഞുവന്ന രാത്രിയായിരുന്നു അത്. ഫാദർ സെർബി പതിനേഴ് മാസങ്ങൾ നീണ്ട യാത്ര കഴിഞ്ഞു തിരിച്ചെത്തിയതിനാലും ഇക്കാലങ്ങൾക്കിടയിൽ നാലോ അഞ്ചോ കത്തുകളും അത്രതന്നെ ഫോൺ സംഭാഷണവും മാത്രം നടന്നിട്ടുള്ളതിനാലും നാട്ടിലെയും ദക്ഷിണാഫ്രിക്കൻ യാത്രയുടെയും തീരാത്തത്ര കഥകൾ തമ്മിൽ പറയാനുണ്ടായിരുന്നു. കാണാനെ

ത്തിയ സഭാവിശ്വാസികളെയും വന്ദ്യവയോധികനായ ഫാദർ പാട്രിക് ക്ലമന്റിനെയും യാത്രയാക്കിയശേഷം അരമനയുടെ അകത്ത് വിശ്രമിക്കു കയായിരുന്ന ഫാദർ സെർബി ഫെർണാണ്ടസിനെ ഫാദർ ആൽബിനോ കുലുക്കിവിളിച്ചു. ഡോ. ഗ്ലാഡിൻ അലക്സ് കൊടുത്തയച്ച സൂപ്പും രാത്രി ഭക്ഷണവും ടിഫിൻ ബോക്സിലുണ്ട്. രണ്ടു പേരുണ്ടാകുമെന്നു മുൻകൂട്ടി പറഞ്ഞതിനാൽ വലിപ്പമുള്ള ടിഫിൻബോക്സാണ്. അതിന്റെ പുറ ത്തൊന്നു തൊട്ടുനോക്കി. ചൂടാറിയിട്ടില്ല. വേഗം കാലും മുഖവും കഴുകി സഭാവേഷം അഴിച്ചുമാറ്റി. കൈലിയും അരക്കൈയൻ ബനിയനും ധരി ച്ചാൽ തണുത്ത കാറ്റിന്റെ കൈകളിൽ കിടന്നുറങ്ങാമെന്ന ആഗ്രഹമായി രുന്നു സെർബിയുടെ മനസ്സിൽ.

ഫാദർ മൈക്കൽ ആൽബിനോ ആത്മമിത്രമായ ഫാദർ സെർബി ഫെർണാണ്ടസിനെ തട്ടിവിളിച്ചു. അരണ്ട വെളിച്ചത്തിൽ കൊതുകുവല യ്ക്കുള്ളിൽ കിടന്നു യാത്രയുടെ ക്ഷീണം മുച്ചൂടും മാറിക്കിട്ടാനെന്നോണം കൂർക്കം വലിച്ചുറങ്ങുകയാണ് ഫാദർ സെർബി. പതിനേഴു മാസങ്ങൾ കൊണ്ട് ഫാദർ സെർബിയുടെ കൂർക്കംവലി അത്യുച്ചത്തിലായിരിക്കു ന്നതായും പരസ്പരമുള്ള സന്ദർശനവേളയിൽ തന്റെ ഉറക്കം ഏതാണ്ടു പൂർണ്ണമായും നഷ്ടപ്പെടാനിടയുണ്ടെന്നും ഫാദർ ആൽബിനോ ഓർത്തു. എത്ര വിളിച്ചാലാണ് ഫാദർ സെർബി ഉണരുക എന്ന ചിന്തയിൽ അക പ്പെട്ടുള്ള നില്പായിരുന്നു ഫാദർ ആൽബിനോവിന്റേത്.

പെട്ടെന്ന് ഇമവെട്ടി തുറക്കുംമുമ്പാണ് മാദ്രെ ദെ ദേവൂസ് ദേവാലയ ത്തിലെ ക്രിസ്തുരാജത്വ തിരുസ്വരൂപത്തിന്റെ മുന്നിൽ ഒരാരവം പൊട്ടി പ്പുറപ്പെട്ടത്. ജാലകം തുറന്നു വിരിനീക്കി നോക്കുമ്പോൾ അവിടെ ആളി പ്പടരുന്ന തീപ്പന്തങ്ങളുടെ വെളിച്ചത്തിൽ തലങ്ങും വിലങ്ങുമോടുന്ന മനു ഷ്യരൂപങ്ങൾ. കടൽപ്പാലം കടന്നു ദേവാലയത്തിനുനേരെ ഓടിവരുന്നവ രുടെ കൈകളിൽ വെട്ടിത്തിളങ്ങുന്ന കൊടുംവാളുകൾ, അതു വീശുമ്പോൾ മുറിഞ്ഞുവീഴുന്ന കരചരണങ്ങൾക്കൊപ്പം നീണ്ട നിലവിളികളും കേൾക്കാ മായിരുന്നു.

എന്തു ചെയ്യണമെന്നറിയാതെ, പെരുത്തുപോയ തലയെ ജനൽപ്പടി യിൽ മുട്ടിച്ചുനില്ക്കുന്ന; ദൈവമേ ദൈവമേ എന്നു വിളിക്കുന്ന ഫാദർ മൈക്കൽ ആൽബിനോയെ കണ്ടുകൊണ്ടാണ് ഫാദർ സെർബി ഫെർണാ ണ്ടസ് കണ്ണുകൾ തുറന്നത്. പുറത്തുനിന്നും കേൾക്കാനാകുന്ന നിലവി ളികളിലേക്കും ആക്രോശങ്ങളിലേക്കും നോക്കി ഒരു നിമിഷം നിന്നപ്പോൾ ചുറ്റും അപായങ്ങൾ സംഭവിക്കുകയാണെന്ന് ഫാദർ സെർബി ഫെർണാ ണ്ടസിനും ബോദ്ധ്യമായി.

സഭാവസ്ത്രം എടുത്തണിഞ്ഞ ഫാദർ മൈക്കൽ ആൽബിനോ രാത്രി സഞ്ചാരങ്ങളിൽ കൂടെ കരുതാറുള്ള ആറു ബാറ്ററിയിടുന്ന ടോർച്ചെടുത്തു. പുറത്തേക്കുള്ള വാതിൽ തുറന്ന് കല്പടവുകളിലൂടെ താഴേക്കിറങ്ങി. തീപ്പ ന്തങ്ങളും മാരകായുധങ്ങളുമായി പരസ്പരം കൊന്നും വെന്നും മുന്നേ റുന്ന ജനക്കൂട്ടത്തിനുനേരെ ഓടാൻ തുടങ്ങിയ ഫാദറിനെ ആയത്തിൽ

സെർബി ഫെർണാണ്ടസ് പിന്നോട്ട് പിടിച്ചുവലിച്ചു. കടലിൽനിന്നും പ്രവ ഹിക്കുന്ന ഉപ്പുകാറ്റിൽ ഉലയുന്ന ഒരു തെങ്ങിൻ നിഴലിലായിരുന്നു അവർ അപ്പോൾ നിന്നിരുന്നത്.

"എനിക്കു പോകണം." ഫാദർ മൈക്കൽ ആൽബിനോ പറഞ്ഞു.

"വേണ്ട. ഭ്രാന്തിളകിയ ജനക്കൂട്ടത്തെ അവരുടെ ഭ്രാന്ത് ശമിക്കുംവരെ സ്വതന്ത്രരായി വിടുകയാണു വേണ്ടത്. ആൽബിനോ, നിങ്ങൾ ഇപ്പോൾ അങ്ങോട്ടുപോകരുത്." ഫാദർ സെർബി പറഞ്ഞു.

"ദയവായി എന്നെ വിടു. എനിക്ക് ആ പുരുഷാരത്തിനിടയിലേക്കു പോകാതെ വയ്യ. അവരുടെ ആയുധങ്ങളുടെ മൂർച്ച കുറയ്ക്കാൻ ഒരു പക്ഷേ, എന്റെ വാക്കുകൾക്കു കഴിഞ്ഞേക്കാം." ഫാദർ മൈക്കൽ ആൽബിനോ ശബ്ദമുയർത്തി പറഞ്ഞു.

"ഇല്ല മൈക്കൽ, ഞാൻ അതിന് അനുവദിക്കില്ല, കാഴ്ചയും കേൾ വിയും നഷ്ടപ്പെട്ട ജനക്കൂട്ടം മനുഷ്യശരീരങ്ങളാണ് ചുമന്നു കടലിലേക്ക് എറിയുന്നത്. അവർ മരിച്ചുവീണ ശരീരങ്ങൾക്കുമേൽ പെട്രോളും മണ്ണെ ണ്ണയും ഒഴിച്ചു തീവയ്ക്കുന്നു. വേണ്ട, മൈക്കൽ നിങ്ങൾ അങ്ങോട്ടു പോകണ്ട." ഫാദർ സെർബി അമർത്തിപ്പിടിച്ച് മൈക്കലിനെ അരമനയുടെ ഇടനാഴിയുടെ അറുതിയിലെ മുറിയിലെത്തിച്ചു. ഇടയ്ക്കിടെ ഫാദർ ആൽബിനോ ഭ്രാന്തമായ ആവേശത്തിൽ കിടക്കയിൽനിന്നും ചാടിയെ ണീക്കുകയും പുറത്തേക്കുള്ള വാതിലിന്റെ സാക്ഷ നീക്കാൻ ശ്രമിക്കു കയും ചെയ്തു.

ഫാദർ സെർബി അപ്പോഴേക്കും വാതിൽ അകത്തുനിന്നും പൂട്ടി താക്കോലെടുത്തിരുന്നു. ഫാദർ മൈക്കൽ ആൽബിനോവിനുവേണ്ടി കരു തിയ ഒരു കുപ്പി വീഞ്ഞ് ഫാദർ സെർബി ഫെർണാണ്ടസ് അലമാരയുടെ താഴത്തെ അറയിൽനിന്നും പുറത്തെടുത്തു. കഴുത്ത് ഒരു കൊക്കിന്റേതു പോലെ നീണ്ട ഗ്ലാസിലേക്കു ചുവന്ന നിറമുള്ള വീഞ്ഞ് പകർന്നു. തനിക്കു സമാധാനപൂർണ്ണമായ ഉറക്കത്തിന് ഒരു കുപ്പി വീഞ്ഞു തികയില്ല എന്ന ബോദ്ധ്യമുണ്ടായിരുന്നെങ്കിലും തൊണ്ടയുടെ വരൾച്ചയെ അമർത്താൻ ഇതു മതിയാവുമെന്ന് ഫാദർ സെർബി ഫെർണാണ്ടസിനു തോന്നി.

സൗത്ത് ആഫ്രിക്കയിൽവെച്ചു പരിചയപ്പെട്ട നെൽസൺ മണ്ഡേല യുടെ പ്രൈവറ്റ് സെക്രട്ടറിയായ സ്ത്രീ നൽകിയ കറുത്തവരുടെ വിരു ന്നുകളിൽ പ്രിയങ്കരമായ വീഞ്ഞ് തന്റെ ബ്രീഫ് കെയ്സിനുള്ളിൽ ഭദ്രമാ യിരിക്കുന്നതിനെപ്പറ്റി ഫാദർ സെർബി സ്വയം ഓർമ്മിപ്പിച്ചു. പക്ഷേ, അക്കാര്യം ഫാദർ മൈക്കലിനോടു പറയാനാവില്ല. അതൊക്കെ സഭാ വിരുദ്ധവും ദൈവവിരുദ്ധവുമാണെന്ന് ഫാദർ തീർപ്പുകൽപിക്കും. പിന്നെ തനിക്ക് ആഗ്രഹം ഉപേക്ഷിക്കാതെ തരമില്ലാതാകും. ഉപഹാരങ്ങൾ സ്വീക രിക്കാനുള്ളതല്ല നൽകാനുള്ളതാണെന്ന് ഫാദർ ആൽബിനോ ആവർ ത്തിക്കും.

സെർബി വീഞ്ഞ് ഗ്ലാസിലേക്കു വീണ്ടും പകർന്നു. മഞ്ഞനിറമുള്ള വെളിച്ചം അകപ്പെട്ടതോടെ മറ്റൊരു നിറമായി രൂപാന്തരം പ്രാപിച്ച വീഞ്ഞി

ലേക്കു നോക്കി. ചുണ്ടുകൾ നനച്ചു. അപ്പോഴും പുറത്ത് ജനക്കൂട്ടം ഭ്രാന്തിനെ ശമിപ്പിക്കാനുള്ള തീവ്രപ്രയത്നത്തിലായിരുന്നു. ദേവാലയത്തി ലേക്ക് ഓടിക്കയറുന്നവർ. അതേ വേഗത്തിൽ തിരിച്ചിറങ്ങി വരുന്നവർ. വീണവരെ മെതിച്ചു മുന്നേറുന്നവർ.

ഇതെല്ലാം നോക്കി പരിഭ്രാന്തമായ മുഖത്തോടെ നില്ക്കുന്ന ഫാദർ ആൽബിനോവിനടുത്തേക്ക് ഫാദർ സെർബി നടന്നുചെന്നു. സെർബി ഒരു വെരുകിനെപ്പോലെ മുറിയിൽ തലങ്ങും വിലങ്ങും നടന്നു. പുറ ത്തേക്കു നോക്കിനിന്ന ഫാദർ സെർബി ഗ്ലാസ് നിലത്തുവീണുടയുന്ന ശബ്ദം കേട്ടാണു ജനാലയിൽനിന്നും തിരിഞ്ഞുനോക്കിയത്. അപ്പോൾ വീഞ്ഞിന്റെ കുപ്പിയിലെ അവസാനതുള്ളികൾ ദാഹിച്ചു വിവശനായമട്ടിൽ ഫാദർ മൈക്കൽ അകത്താക്കുകയായിരുന്നു. ബാധയേറ്റപോലെ കുപ്പി യുടെ വക്കുകളിൽ നക്കുകയും തുറിച്ചു നോക്കുകയും ചെയ്യുന്ന ഫാദർ മൈക്കൽ.

മറ്റൊന്നും ആലോചിച്ചില്ല. ബ്രീഫ്കെയ്സ് തുറന്ന് കറുത്തവരുടെ സായാഹനവിരുന്നിൽ വിളമ്പുന്ന വീഞ്ഞ് ഫാദർ സെർബി ഫെർണാണ്ടസ് പുറത്തെടുത്തു. കടുംനിറമായിരുന്നു അതിന്. കണ്ടപാടേ അതു പിടിച്ചു വാങ്ങി നൊടിയിടയ്ക്കുള്ളിൽ മൂടി തുറന്നു പരവശനായ ഒരു സഞ്ചാരി യെപ്പോലെ ഫാദർ ആൽബിനോ അത് അകത്താക്കി. വീഞ്ഞിന്റെ ചഷകം മേശവിളക്കിനരികെവെച്ച് ജനാലയിലൂടെ വീണ്ടും പുറത്തേക്കു നോക്കാതെ ആൽബിനോ ഒരു നടുക്കത്തോടെ തിരിഞ്ഞുനിന്നു. ഫാദർ സെർബി ശബ്ദംകേട്ട ഭാഗത്തേക്കു നോക്കി.

വാതിൽസാക്ഷ ഫാദർ സെർബിയാണ് പതുക്കെ നീക്കിയത്. മുന്നി ലേക്കു വന്നത് ഒരു കൂട്ടം സ്ത്രീകൾ. അവരിൽ മുന്നിൽ നിന്നിരുന്ന സ്ത്രീയുടെ നെഞ്ചിലേക്കു പറ്റിപ്പിടിച്ചു കിടന്നിരുന്ന മെല്ലിച്ച ഒരു കുട്ടി യുടെ രൂപമാണ് ആദ്യം കണ്ണിൽപ്പെട്ടത്. തൊട്ടുപിന്നിലായി തെറിച്ചുവീണ രക്തം തുടയ്ക്കാനാവാതെ, ഒന്നു നിലവിളിക്കാൻ പോലുമാകാതെ നില്ക്കുന്ന സ്ത്രീകളുടെ നീണ്ടനിര. അവർ ഫാദർ ആൽബിനോ ഉറക്ക മാവുമെന്നും പുറത്തു നടക്കുന്ന ഭീകരദൃശ്യങ്ങൾ കണ്ടിട്ടുണ്ടാവില്ലെന്നു മാണ് കരുതിയത്. അവർ ദൈവത്തോടെന്നപോലെ കൈകൂപ്പി ഫാദർ മൈക്കൽ ആൽബിനോവിനു മുന്നിൽനിന്നു കരഞ്ഞു. എന്തുപറയണ മെന്നറിയാതെ തനിക്കു മുന്നിൽനിന്നു നിലവിളിക്കുന്ന സ്ത്രീകളെയും അതിനപ്പുറം കത്തുന്ന ഭവനങ്ങളെയും ഫാദർ സെർബി ഫെർണാണ്ട സിനെയും ഫാദർ ആൽബിനോ മാറിമാറി നോക്കി.

പെട്ടെന്നാണു അത് സംഭവിച്ചത്. അയയിൽനിന്നും സഭാവസ്ത്രം എടുത്തുധരിച്ച ഫാദർ ആൽബിനോ ഒരുനിമിഷം പുറത്തേക്കുള്ള വാതിൽ പടിക്കുമേലേയുള്ള ചുവരിൽ തറച്ചിരിക്കുന്ന ക്രിസ്തുവിന്റെ അവസാന അത്താഴത്തിലേക്കു നോക്കിനിന്നു. പിന്നെ കണ്ണീരും രക്തവും കുഴഞ്ഞു പിടിച്ച ശരീരവുമായി നില്ക്കുന്ന സ്ത്രീകളുടെ കൂട്ടത്തെ വകഞ്ഞുമാറ്റി പുറത്തേക്ക് ഒരൊറ്റ ഓട്ടമായിരുന്നു. ഒപ്പം ഓടിയിറങ്ങിയ ഫാദർ സെർബി

യോട് ഫാദർ ആൽബിനോ പറഞ്ഞു:

"വേണ്ട, എന്നെ സന്ധ്യവരെ കണ്ടില്ലെങ്കിൽ അന്വേഷിച്ചു വരാനൊ രാളു വേണം. അതിനു താൻ ഇവിടെത്തന്നെ നില്ക്ക്."

ഉന്മാദത്തിന്റെ ഉഷ്ണമാപിനിയിൽ ശമനത്തിന്റെ തണുത്ത കാറ്റ് വീശാതെ ഈ ജനക്കൂട്ടത്തെ ശാന്തമാക്കാൻ കഴിയില്ലെന്ന് ഫാദർ സെർബിക്കു തോന്നി. സ്ത്രീകൾ പിരിഞ്ഞതോടെ വാതിലടച്ച് ഫാദർ സെർബി കിടക്കയിൽ കമിഴ്ന്നുവീണു. ഒരു തലയിണകൊണ്ടു കാതു കളെ മറയ്ക്കാതെ നിലവിളികൾ ഒടുങ്ങുമായിരുന്നില്ല.

ഫാദർ മൈക്കൽ ആൽബിനോ ഇപ്പോൾ ജനമദ്ധ്യത്തിലെത്തിയിട്ടു ണ്ടാകും. ചന്ദ്രക്കലയും നക്ഷത്രവും പതിച്ച വാൾമൂർച്ചകൾ. കുരിശിന്റെ അടയാളം കൊത്തിയ കഠാരകൾ. ഇവയൊക്കെ ഇപ്പോൾ ആൽബിനോ വിന്റെ ശാന്തസമുദ്രം പോലെയുള്ള വാക്കുകൾക്കു മുന്നിൽ പിൻവാങ്ങാൻ ഒരുങ്ങുകയാവും. കോർബല്ലിനാൽ കൊത്തിവലിക്കാനുള്ള വൈരവുമായി നില്ക്കുന്നവരോട് ആൽബിനോ തെല്ലിട സംസാരിച്ചാൽ അവരുടെ ക്രൗര്യം പിൻവലിയും. പകയുടെ ആഴങ്ങൾ വലിഞ്ഞുമുറുകിയ മുഖങ്ങൾ പ്രശാന്തവും സൗമ്യവുമാകും. പക്ഷേ, എന്തുകൊണ്ടാണ് ആൽബിനോ വിനൊപ്പം താൻ കൊല്ലുകയും കൊല്ലപ്പെടുകയും ചെയ്തുകൊണ്ടിരി ക്കുന്ന മനുഷ്യർക്കിടയിലേക്ക് ഇറങ്ങിപ്പോകാതിരുന്നത്. ഒരുപക്ഷേ, ഭയ മായിരുന്നിരിക്കുമോ?

രാത്രിനേരങ്ങളിൽ ഒരു ചിലന്തി മുറിയുടെ ചുവരിലോ ഫാനിന്റെ തണ്ടിലോ വന്നിരുന്നാൽ അന്നു രാത്രി മുഴുവൻ ഫാദർ ആൽബിനോ കണ്ണുകൾ തുറന്നുകിടക്കും. ഇടയ്ക്കിടെ ദീർഘനിശ്വാസം വിടും. കൈവി രലുകളും കാൽവിരലുകളും ഞെരിക്കും. പ്രാർത്ഥനാശേഷം കിടക്ക യിൽനിന്നും ദൂരെ മാറി വരാന്തയിലെ അരമതിലിലോ മറ്റോ കിടന്നുറങ്ങും.

ഫാദർ സെർബി ഫെർണാണ്ടസിന് ഉറക്കം വന്നില്ല. ഊരന്ത്രാളപ്പെട്ട് കിടക്കയിൽനിന്നും എണീറ്റു. ഫാദർ ആൽബിനോ പോയ വഴിയിലേക്കു നോക്കി സെർബി നിന്നു. പെട്ടെന്ന് എന്തോ ഒരാന്തൽ സെർബിയുടെ കണ്ണുകളിൽ ഇരുളിന്റെ പുതപ്പ് വലിച്ചിടുന്നതായി തോന്നി. ഒറ്റക്കുതി പ്പിന് വാതിൽ തുറന്ന് സെർബി പുറത്തേക്കോടി. ജനക്കൂട്ടം അപ്പോഴും പരസ്പരം രക്തം ചിന്തുകയും ആർത്തട്ടഹസിക്കുകയുമാണ്. ഇതിനിട യിൽ എവിടെയാണ് ഫാദർ ആൽബിനോവിനെ തിരയുക. സെർബി ഇരു ട്ടിന്റെ മറപറ്റി കടൽപ്പാലത്തിനു താഴെയുള്ള കല്ലൊതുക്കുകളിലേക്ക് ഓടി. അവിടെ അപ്പോൾ നിശ്ശബ്ദത തടംതല്ലി നില്ക്കുകയായിരുന്നു. തിരമാ ലകൾ അലച്ചെത്തുകയും തീരത്തെ മൺപുറ്റുകളെ ഉടച്ചു മടങ്ങുകയും ചെയ്യുന്നു.

ഫാദർ സെർബിക്ക് ആ കാഴ്ചയെ വിശ്വസിക്കാനായില്ല. മങ്ങിയ വെളിച്ചത്തിലൂടെ ശബ്ദമില്ലാതെ നടന്ന് സെർബി കുനിഞ്ഞുനോക്കി. കരുതിയിരുന്ന ചെറിയ ടോർച്ചുതെളിച്ചു രക്തം ഇറ്റിറങ്ങുന്ന ആ മനുഷ്യ ശരീരത്തിലേക്ക് സെർബി മുട്ടുകുത്തി.

പ്രസന്നവും പരിഭവങ്ങളില്ലാതെയും നിലത്തുകിടക്കുന്ന ആൽ
ബിനോവിന്റെ മുഖത്തേക്കുമാത്രം ടോർച്ചു തെളിച്ച് സെർബി നിന്നു.
ഫാദർ മൈക്കൽ ആൽബിനോവിന്റെ പകുതിയടഞ്ഞ കണ്ണുകളിൽനോക്കി
ഭൂമിയിലേക്ക് ഇരുന്ന സെർബിക്ക് കരച്ചിലടക്കാനായില്ല. ആൾക്കൂട്ടത്തിന്റെ
ശ്രദ്ധ തന്നിലേക്കു പതിയുന്നതും ഇരുഭാഗത്തുമുള്ളവർ തീപ്പന്തങ്ങളും
വെളിച്ചത്തിൽ തിളങ്ങുന്ന ആയുധങ്ങളുമായി നിലവിളി കേട്ടഭാഗത്തേക്ക്
ഓടിവരാൻ തുടങ്ങി. എന്തു ചെയ്യണമെന്നറിയാതെ പകച്ചുനിന്ന സെർബി
ഫാദർ ആൽബിനോവിന്റെ ശരീരത്തെ ഉന്തി തിരമാലയിലേക്കിറങ്ങി.
പിന്നെ ആഴങ്ങളിലേക്കു തിരമാലകൾ തന്നെയും ഫാദർ ആൽബിനോ
വിന്റെ ശരീരത്തെയും വഹിച്ചുകൊണ്ടുപോയി. ആൾക്കൂട്ടം കരയിൽ ഇരു
ഭാഗങ്ങളായി തിരിഞ്ഞുനിന്ന്   അകന്നുപോകുന്ന മനുഷ്യരൂപങ്ങളെ
നോക്കി. എന്താണു സംഭവിച്ചതെന്നറിയാതെ അവർ പരസ്പരം തർക്കം
തുടങ്ങി.

ആഴങ്ങളിലൂടെ, ചുഴികളിലൂടെ, ഫാദർ മൈക്കൽ ആൽബിനോ
വിന്റെ ശരീരത്തോടൊട്ടി ദൂരമറിയാത്ത കയങ്ങളിലൂടെ ഫാദർ സെർബി
മനുഷ്യഗന്ധമില്ലാത്ത കടൽച്ചൊരുക്കുകളിലൂടെ അകന്നകന്നുപോയി.
മത്സ്യങ്ങൾ തീറ്റതേടിയടുക്കുന്നത് ഫാദർ സെർബി കണ്ടു. നക്ഷത്രങ്ങൾ
പതുക്കെ മായുന്നതും സൂര്യൻ ഉദിച്ചുയരുന്നതുംകണ്ട്, അപരിചിതമായ
കടൽവഴികളിലൂടെ ശവപേടകത്തിലെന്നപോലെ ഫാദർ ആൽബിനോ
വിനെ ഗാഢമായി ആലിംഗനം ചെയ്ത്, ഫാദർ സെർബി ഇരമ്പിയെത്തിയ
തിരമാലയിൽ അകപ്പെട്ടും അഗാധതയിൽ നിന്നുയർന്നുവന്നും ദൂരേക്കു
ദൂരേക്കു പോകുന്നത് കരയിൽ നിന്നവരിൽ ആരും കണ്ടില്ല.

അപ്പോഴും ഫാദർ സെർബി ഫാദർ ആൽബിനോവിനോട് ഇങ്ങനെ
പറഞ്ഞു: "ഭ്രാന്തിളകിയ ജനക്കൂട്ടത്തെ അവരുടെ ഭ്രാന്ത് ശമിക്കുംവരെ
സ്വതന്ത്രമായി വിടുകതന്നെവേണം." അപ്പോൾ ഫാദർ ആൽബിനോവിന്റെ
കൃഷ്ണമണികളിൽ ഒരു മത്സ്യം വന്നു കൊത്തുന്നത് ഫാദർ സെർബി
കണ്ടു.

രണ്ട്

മൈക്കൽ ആൽബിനോ ദേവാലയത്തിനു മുന്നിലെത്തി. തിരുരൂപ
ത്തിലേക്കു നോക്കി മിഴികൾ പൂട്ടി നില്ക്കുമ്പോൾ കാറ്റ് തന്റെ വസ്ത്ര
ത്തിൽ കുരുങ്ങി മറിയുന്നത് ആൽബിനോ അറിഞ്ഞില്ല.

പതുക്കെ ആൽബിനോ മാദ്രെ ദെ ദേവൂസ് ദേവാലയത്തിന്റെ പ്രദ
ക്ഷിണവഴിയിലൂടെ മുന്നോട്ടുനടന്നു. പരശതം കാല്പാടുകൾ നിറഞ്ഞ
പാതയിൽ തലേന്നു രാത്രി പെയ്ത മഴയുടെ മുറിവുകൾ.

കുരിശിനു പിന്നിലായി തിരുപാലസംഘ്യം, ക്രൂസ് ദ ഡെയ്സ്, മത
ബോധന വിദ്യാർത്ഥികൾ, ലിജികൻ ഓഫ് മേരി അംഗങ്ങൾ, കന്യാസ്ത്രീ
കൾ. അവസാനം അലങ്കരിച്ച വർണ്ണത്തേരിൽ മാലാഖമാർക്കടുത്തായാണ്

ക്രിസ്തുരാജ തിരുസ്വരൂപം വഹിച്ച ഘോഷയാത്ര. സെന്റ് പീറ്റേഴ്സ് ദേവാലയം വരെയും തിരിച്ച് സെന്റ് ജോസഫ് ദേവാലയം വരെയും സഞ്ച രിച്ചു തിരിച്ചെത്തിയതാണ് ഘോഷയാത്ര. ശിങ്കാരിമേളം, ബാന്റ് എന്നി വയുടെ അകമ്പടി. പ്രദക്ഷിണശേഷം സന്ധ്യാവന്ദനം യൂഹന്നോൻ മാർ ക്രിസോസ്റ്റത്തിന്റെ മുഖ്യകാർമ്മികത്വത്തിൽ.

ഈ കാഴ്ചകൾക്കിടയിലൂടെ മൈക്കൽ ആൽബിനോ മുന്നോട്ടു നടന്നു. കാറ്റ് അപ്പോഴും ചുറ്റിയടിച്ചുകൊണ്ടിരുന്നു. അവിടമാകെ മൈക്കൽ ആൽബിനോ ഫാദർ സെർബി ഫെർണാണ്ടസിനെ തിരഞ്ഞു. പഴയ വീടിന്റെ മുന്നിലെത്തിയ ആൽബിനോ വാതിൽ പൂട്ടിക്കിടക്കുന്നതാണ് കണ്ടത്. ഒറ്റയ്ക്കായി വല്ലാത്തൊരു ഏകാന്തത തന്നെ പിടികൂടിയതോടെ ആൽബിനോ ദേവാലയത്തിന്റെ മുന്നിലേക്കു തിരികെ നടന്നു. അവിടം അപ്പോഴേക്കും വല്ലാത്തൊരു വിജനതയിൽ അകപ്പെട്ടിരുന്നു. എന്താണെ ന്നറിയാതെ മറ്റാരുടെയും ദൃഷ്ടിയിൽപ്പെടാതെ ഫാദർ ആൽബിനോ ഇരുൾമറ പറ്റി നിന്നു. അവിടെ താല്ക്കാലികമായുണ്ടാക്കിയ ഷെൽറ്ററിനു മുന്നിൽ നിന്നിരുന്ന പൊലീസുകാരൻ പറഞ്ഞു.

"കണ്ടുകിട്ടിയ ശവശരീരങ്ങളെക്കാളേറെപ്പേർ കടലിലകപ്പെട്ടിട്ടുണ്ട്. അവരെ കാണാതായവരെന്നു മാത്രം കണക്കാക്കുക. ഒരുപക്ഷേ, അവ രിൽ ചിലരെങ്കിലും ജീവനോടെ തിരിച്ചെത്തിക്കൂടായ്കയില്ല."

ഉയർന്നു കേൾക്കാനാകുന്ന നിലവിളികൾക്കുനേരെ തോക്കുചൂണ്ടി നില്ക്കുന്ന സൈനികൻ.

കാറ്റിലൂടെ, തിരമാലകളിലൂടെ, കാണാക്കയങ്ങളിലൂടെ ഭൂമിയിലേക്കു തിരിച്ചുവരാൻ ആഗ്രഹിക്കാത്തവൻ യാത്രപോകുന്ന ഇടുക്കുകളിലൂടെ ഫാദർ ആൽബിനോ അതിവേഗം നടന്നു. ഭൂമിയുടെ ശബ്ദങ്ങളും ഗന്ധ ങ്ങളും പിന്തുടർന്നുവന്നെങ്കിലും മൈക്കൽ ആൽബിനോ തിരിഞ്ഞുനോ ക്കിയില്ല. ഭൂമിയെപ്പറ്റിയുള്ള ഓർമ്മകളെ കുടഞ്ഞെറിഞ്ഞുകൊണ്ട് ഫാദർ ചിറകുകൾ വീശി ആകാശത്തേക്കുയർന്നു.

(സമകാലിക മലയാളം)

ദൂരം

നന്ദകിഷൻ പഠനമുറിയിലിരുന്ന് അതിരുകളില്ലാത്ത ഭൂമിശാസ്ത്ര ത്തിലൂടെ യാത്ര ചെയ്തു. ശീതോഷ്ണമേഖലയിലൂടെയും സമശീതോ ഷ്ണമേഖലയിലൂടെയും ഉഷ്ണമേഖലയിലൂടെയും കടന്നുപോകുമ്പോൾ തന്റെ മനസ്സിനു മാത്രമല്ല ശരീരത്തിനും ചില മാറിമറിയലുകൾ സംഭവി ക്കുന്നതായി നന്ദകിഷനു തോന്നി. വലതുകൈയുടെ ചെറുവിരലിനു താഴെയുള്ള മാഞ്ഞുതുടങ്ങിയ ഒറ്റവരയിലേക്ക് അധികനേരം നോക്കി യിരിക്കാനായില്ല. എന്നാൽ ഏറെനേരം യാതൊരു മുഷിവുമില്ലാതെ അർജന്റീനയുടെ ഭൂപടത്തിലേക്കു നോക്കിനില്ക്കാനാവുന്നതെന്തുകൊ ണ്ടാണ്? നന്ദകിഷൻ ആലോചിച്ചു. അടിമുടി ഒരു മറഡോണ ഭക്തനായ തുകൊണ്ടാവാം അർജന്റീനയോട് തന്റെ രക്തപ്രവാഹം ഇങ്ങനെ പ്രതി കരിക്കുക.

തച്ചുശാസ്ത്രത്തിന്റെ സമ്പൂർണ്ണതയെന്ന് ഒരു ജർമ്മൻകാരി അവ രുടെ തീസിസിൽ വിശേഷിപ്പിച്ച സ്വന്തം വീട്ടുവരാന്തയിലൂടെ നന്ദകി ഷൻ നടന്നു. അവളുടെ ആ മുഖം മുതൽ അന്ത്യകൂദാശവരെയുള്ള പേജു കൾ ഒന്നൊന്നായി മനസ്സിലൂടെ മറഞ്ഞു. അതിനിടെ വേറെവിടെയും അനു ഭവിച്ചിട്ടില്ലാത്ത ഗന്ധം കാറ്റിൽ നിറയുന്നതായും നന്ദകിഷനു തോന്നി.

മേല്ക്കൂരയിൽനിന്നും മഴവെള്ളം ഒരു നിശ്ചിതസ്ഥലത്ത് വന്നു നിറ യുന്നു. പിന്നെ ഒരോവുചാലിലൂടെ ഒഴുകി മുറ്റത്തെ പൂന്തോട്ടത്തിലേ ക്കുള്ള ചെറുതോടിന്റെ തുടക്കത്തിൽവെച്ചിട്ടുള്ള മെറ്റൽക്കഷണങ്ങളിൽ വന്നുവീഴും. അവിടെനിന്നുമത് പല കൈവഴികളിലൂടെ ഒഴുകി ജമന്തി യുടെയും മുല്ലയുടെയും സൂര്യകാന്തിയുടെയും മൂടുകളിലേക്ക്. കണ്ണട യൂരി മേശമേൽവെച്ച് വാക്മാനിലേക്ക് എം ടി രാമനാഥനെയോ, കിഷോരി അമോങ്കരെയോ, മിക്കപ്പോഴും മഹാരാജപുരം സന്താനത്തെയോ ക്ഷണി

ച്ചിരുത്തും. മഴ തുടങ്ങി അവസാനിച്ച് മരമഴ കഴിഞ്ഞാലും എഴുന്നേ
ല്ക്കാൻ തോന്നില്ല. പലപ്പോഴും രാത്രി ഏറെ വൈകി ഉമ താങ്ങിപ്പിടിച്ചു
കിടപ്പുമുറിയിലെത്തിക്കാറാണു പതിവ്. ചിലപ്പോൾ ഡ്രോയിങ്റൂമിലെ
സോഫയിലേക്കു വീണുറങ്ങിപ്പോകും.

നന്ദകിഷൻ ദിവസത്തിന്റെ ഭൂരിഭാഗവും ജനാലയിലൂടെ പുറത്തേക്കു
നോക്കി നില്ക്കാനും മരങ്ങളോടു സംസാരിക്കാനും മഴയളക്കാനുമാണ്
ഉപയോഗിക്കുന്നതെന്ന പരാതി ഉമ പറഞ്ഞു തുടങ്ങി. ഫെലോഷിപ്പ്
തീരാൻ ഇനി ഒരുവർഷം തികച്ചില്ല. അതിനിടയിൽ തീസിസ് നല്കിയി
ല്ലെങ്കിൽ ഉണ്ടാകാനിടയുള്ള പ്രശ്നങ്ങൾ വേറെ. രണ്ടുതവണ ജിയോ
ളജി വകുപ്പിൽ സ്ഥിരജോലി ലഭിച്ചതാണ്. മൂട്ടയുള്ള കസേരയിൽ ആറു
മണിക്കൂർ ഇരിക്കാൻ കഴിയില്ല എന്ന് നന്ദകിഷൻ പറഞ്ഞപ്പോൾ ഉമ ഒന്നു
ചിരിക്കുകമാത്രം ചെയ്തു. അവൾ നല്ലൊരു ന്യൂറോ സർജനായതുകൊണ്ട്
അന്നത്തിനു മുട്ടും ഞരമ്പുകൾക്കു ഭ്രാന്തും വരില്ലെന്നൊക്കെ നന്ദകി
ഷൻ ആ ദിവസങ്ങളിലൊന്നിലെ ഡയറിക്കുറിപ്പിൽ എഴുതിയിട്ടുണ്ട്.

ഉമ പലപ്പോഴും തനിക്കു ലഭിച്ചുകൊണ്ടിരിക്കുന്ന പുതിയ ക്ലയന്റുക
ളെക്കുറിച്ചു മാത്രമാണു സംസാരിക്കുക. ഒരുദിവസം മുഖത്തടിച്ചതു
പോലെ നന്ദകിഷൻ പറഞ്ഞു: "നിർത്തുന്നുണ്ടോ നിന്റെയൊരു മാത്ത്മാറ്റി
ക്സ്. നീ പൂജാമുറിയിൽ കയറി രാവിലേം വൈകിട്ടും പ്രാർത്ഥിക്കുന്നതു
ചുറ്റുമുള്ളവരൊക്കെ ഞരമ്പുരോഗികളാകണമെന്നാണോ?"

"നിനക്കു വൈദ്യശാസ്ത്രത്തെക്കുറിച്ചു യാതൊന്നുമറിയാത്തതുകൊ
ണ്ടാണ് ഇങ്ങനെയൊക്കെ പറയുന്നത്." ഇത്രമാത്രം പറഞ്ഞ് ഉമ നടന്നു.
അന്നുമുതൽ നന്ദകിഷനും ഉമയും തമ്മിലുള്ള സംസാരം കുറഞ്ഞു. 'ഒരു
വീടിനുള്ളിലെ രണ്ടു വീടുകൾ' എന്ന ശീർഷകത്തിൽ ഒരു കഥ നന്ദകി
ഷൻ എഴുതിത്തുടങ്ങിയതും അന്നാണ്.

മുത്തങ്ങയിൽ നടന്ന വെടിവെപ്പിന്റെ ദൃശ്യങ്ങൾ ടെലിവിഷനിൽ
കണ്ട നന്ദകിഷന് ഉറക്കം വന്നില്ല. സ്വന്തം ജീവനെക്കുറിച്ചുപോലും മറ
ന്നാണ് ഷാജി തന്റെ ക്യാമറയിലേക്ക് ആ നിലവിളികൾ പകർത്തിയത്.
അയാളുടെ ടെലിഫോൺ നമ്പർ തേടിപ്പിടിച്ചു നേരിട്ടുവിളിച്ച് അഭിനന്ദി
ച്ചതിനു ശേഷമേ നന്ദകിഷൻ വോഡ്കയെക്കുറിച്ചുപോലും ഓർത്തുള്ളൂ.
അപ്പോൾ ഉമ ഭക്ഷണം കഴിച്ചു കഴിയാറായിരുന്നു. മേശമേൽ ഫ്രൈ
ചെയ്ത കോഴിയും ചപ്പാത്തിയും. നന്ദകിഷൻ ഫ്രിഡ്ജ് തുറന്ന് ഒരു
സലാഡ് വെള്ളരിയെടുത്തു. അതു കഴുകി ഇതുമതി അത്താഴത്തിനെന്നു
പറഞ്ഞ് തിരിച്ചുനടക്കുമ്പോൾ ഉമ നന്ദു എന്നോ കിഷൻ എന്നോ വിളിച്ച്
ഒരു ചപ്പാത്തിയെങ്കിലും കഴിക്കൂ പ്ലീസ് എന്നു പറയുമെന്ന് നന്ദകിഷൻ
ആഗ്രഹിക്കുന്നുവെന്നും അത്തരം ആഗ്രഹങ്ങളെ ഇനി പ്രോത്സാഹിപ്പി
ക്കേണ്ടതില്ലെന്നും ഉമ തീരുമാനിച്ചു.

നന്ദകിഷൻ വെള്ളരിക്കയുടെ തണുപ്പിലേക്കു പല്ലുകളാഴ്ത്തി. പുറ
ത്തേക്കുള്ള വാതിൽ തുറന്നു. നല്ല തണുപ്പ്. 'ഒരു വീട്ടിലെ രണ്ടു മുറി
കൾ' എന്ന കഥയുടെ വഴിത്തിരിവിനെക്കുറിച്ചോ, മറഡോണയുടെ മാന്ത്രി

കവിദ്യയെക്കുറിച്ചോ എന്തു വേണമെങ്കിലും ചിന്തിച്ച് ഈ രാത്രിയെ നിറ മുള്ളതാക്കാം. എന്നാൽ അപ്രതീക്ഷിതമായി ഉമ പുറത്തെ ലൈറ്റിട്ടു. ആശുപത്രി വിട്ടുവന്നാൽ 20 മിനിട്ടുകൊണ്ട് അവൾ വസ്ത്രം മാറി പുതിയ വേഷത്തിലകപ്പെടും. പണിക്കാരി നല്കുന്ന ജ്യൂസ് കഴിച്ച് പ്രാക്ടീസ് റൂമിലെത്തും. അപ്പോഴേക്കും വരാന്തയിൽ രോഗികൾ നിറഞ്ഞിട്ടുണ്ടാകും. കൃത്യം നാലു മണിക്കു പുറത്തുവെച്ചിരിക്കുന്ന ബുക്ക് അവൾ അകത്തേ ക്കെടുക്കും. എട്ടുമണി കഴിയുന്നതോടെ പുറത്തു കാത്തുനില്ക്കുന്ന വർക്കു മുഖംകൊടുക്കാതെ അവൾ വാതിൽ വലിച്ചടയ്ക്കും. ചില ദിവ സങ്ങളിൽ നന്ദകിഷൻ ചിലരോടു പറയും. "സോറി. അവർ വല്ലാതെ ടയേഡാണ്. നിങ്ങൾ നാളെ വരൂ. പ്ലീസ്." ഉമ ഇത്തരം മര്യാദകൾ പരി ഹാസത്തോടെയാണ് കാണാറുള്ളത്.

ഏഴാം വിവാഹവാർഷികം. അന്ന് പുറത്തെവിടെയെങ്കിലും പോകാ നുള്ള ഒരു മൂഡുണ്ടായിരുന്നില്ല നന്ദകിഷൻ. ഒരു വോഡ്കയിൽ പച്ച മുളകു മുറിച്ചിട്ട് മുറ്റത്തെ സിമന്റുബെഞ്ചിലിരിക്കാനായിരുന്നു ഇഷ്ടം. എന്നാൽ അന്നത്തെ സായാഹ്ന പ്രാക്ടീസ് ഒഴിവാക്കിയ ഉമ അവളുടെ അടുത്ത കുറെ സ്നേഹിതരെ ഹോട്ടൽ സീവ്യൂവിലേക്കു ക്ഷണിച്ചു.

അങ്ങോട്ടു പോകുംവഴി ഉമ ചില നിബന്ധനകൾവെച്ചു. ഹോട്ടലിൽ വരുന്നവരിൽ അധികവും ലേഡി ഡോക്ടർമാരാകും. അവരിൽ ചിലരോ ടൊപ്പം ഭർത്താക്കന്മാരുമുണ്ടാകും. അവരിൽ ചിലർ മദ്യപിച്ചെന്നുവരും. അതുകണ്ട് അവരോടൊപ്പംകൂടി എന്റെ അന്തസ്സ് കളയരുതെന്ന് ഉമ വ്യക്ത മാക്കി. നന്ദകിഷൻ മറുപടിയൊന്നും പറഞ്ഞില്ല. ഒരു തുള്ളിപോലും കുടി ക്കാതെ ആൺതാരങ്ങളുടെ സാഹസിക കഥകൾ കേട്ടു ഭൂമദ്ധ്യരേഖ തന്റെ തലയിലൂടെ കടന്നുപോകുമോ എന്നുവരെ നന്ദകിഷൻ ഭയന്നു. അന്നു മുതലാണ് ഉമയോടൊപ്പമുള്ള പുറത്തുപോക്ക് നന്ദകിഷൻ അവസാനി പ്പിച്ചത്. അമ്മയെ കാണാൻ പോകുന്നതുപോലും ഉമയെ അറിയിച്ചില്ല. ഉമയുടെ ഇടതുചെവിയുടെ മുകൾനിരയിൽ നരവീണത് ആറേഴു മാസം മുമ്പുള്ള അവളുടെ ഡയറി രഹസ്യമായി വായിച്ചു നോക്കാതിരുന്നതി നാൽ നന്ദകിഷൻ അറിഞ്ഞതുമില്ല.

നിനക്ക് ഇത്രമാത്രം പെൺസുഹൃത്തുക്കൾ എങ്ങനെയുണ്ടാകുന്നു എന്ന് ഉമ നന്ദനോടു ചോദിച്ചു. എന്തെങ്കിലുമൊക്കെ സുഖങ്ങൾ പര സ്പരം കൈമാറുന്നുണ്ടാകുമെന്നാണ് ഉമയുടെ കണ്ടെത്തൽ. അങ്ങനെ സുഖങ്ങൾ കൈമാറുന്നതാണ് ബന്ധത്തിന്റെ മാനദണ്ഡമെങ്കിൽ നീയു മായുള്ള എന്റെ ദൂരം എത്രയോ ഇരട്ടിയാകേണ്ടതായിരുന്നു എന്ന മറു ചോദ്യത്തിന് ഉമ ഒരുത്തരവും പറഞ്ഞില്ല. അവൾ ഒരു സ്ലീപ്പിങ്പിൽസ് തിരിച്ചും മറിച്ചും നോക്കി കിടപ്പുമുറിയിലേക്കു നടന്നു. പഠിക്കുന്ന കാലത്തും അവൾക്കു പ്രിയം ഇത്തരം താരാട്ടുകളോടായിരുന്നു എന്ന് അവളുടെ അന്നത്തെ ഡയറി സാക്ഷ്യപ്പെടുത്തുന്നു.

നന്ദകിഷനുവേണ്ടി നീക്കിവെക്കാറുണ്ടായിരുന്ന പുതപ്പിന്റെ പകുതി കൂടി ഉമ സ്വന്തം ശരീരത്തെ പുതപ്പിക്കാൻ ഉപയോഗിച്ചുതുടങ്ങി. അധികം

വൈകാതെ നന്ദകിഷൻ കിടപ്പ് മുകൾനിലയിലേക്കു മാറ്റി. ഗവേഷണ പ്രയത്നങ്ങൾക്കു നടുവിലുള്ള കിടപ്പിൽ ഭൂമിയുടെ ആഴത്തിൽനിന്നുള്ള ഗന്ധം ചില ഗ്രന്ഥങ്ങളിൽനിന്നും പുറത്തേക്കിറങ്ങിവരാൻ തുടങ്ങി. ഈ മാറ്റങ്ങൾ മറ്റു ചില സൗകര്യങ്ങൾകൂടി നന്ദകിഷണു നല്കി. വോഡ്കയി ലേക്ക് ഒരു കഷണം നാരങ്ങാ പിഴിഞ്ഞൊഴിച്ച് ഒറ്റ വലിക്കെത്താക്കി യാൽ അത് ഉമ അറിയാതായി. ഏതു പാതിരായ്ക്കും എണീറ്റ് ഒരു സിഗ രറ്റ് കത്തിച്ച് രാത്രിയുടെ ഭൂമിശാസ്ത്രം കാണുകയുമാവാം.

ഇങ്ങനെയുള്ളൊരു രാത്രിക്കുശേഷം.

ഉമ പടവുകൾ കയറി നന്ദകിഷനരികെയെത്തി. എന്തോ ചില സ്വകാ ര്യങ്ങൾ പറയാനുണ്ടെന്ന ആമുഖത്തോടെ.

"നമ്മൾ വിവാഹിതരായിട്ട് എട്ടു വർഷം കഴിഞ്ഞിരിക്കുന്നു. എട്ടു വർഷവും അറുപത്തിനാലു ദിവസവും." ഉമയുടെ ശബ്ദം വല്ലാതെ താഴ്ന്നിരുന്നു. മുറ്റത്തെ ചെടികളോടു സംസാരിച്ചാലും ഒന്നോ രണ്ടോ വാചകത്തിൽ ചില ഉപാധികളോടെ മാത്രമേ ഉമ സംസാരിക്കാറുള്ളൂ. "എത്ര നാളായി നീ ഇവിടത്തെ വെള്ളം വലിച്ചെടുത്തു തഴച്ചുനില്ക്കുന്നു. ഇനിയും പൂത്തില്ലെങ്കിൽ നിന്നെ എന്തു ചെയ്യണമെന്നെനിക്കറിയാം." ഒരി ക്കൽ ഉമ ഇങ്ങനെ പറഞ്ഞപ്പോൾ നന്ദകിഷൻ സ്വയം ഒരു ജമന്തിയായി സങ്കല്പിച്ചു മറുപടി പറഞ്ഞു: "ഞാൻ വലിച്ചെടുക്കുന്ന വെള്ളം എത്ര തന്നെയായാലും നിനക്കവകാശപ്പെട്ടതാവില്ല. എന്റെ വേരുകളിലൂടെ മേലോട്ടു വരുന്ന വെള്ളത്തിന് കയ്പോ ചവർപ്പോ ഉണ്ടായിട്ടില്ല."

ഉമ നന്ദകിഷനോട് മറുപടി പറയാതെ നടന്നു.

ഉമ: "നമുക്കൊരു കുഞ്ഞിനെ ദത്തെടുക്കണം. അതിന്റെ സാദ്ധ്യത യൊക്കെ ഞാൻ അന്വേഷിച്ചുവെച്ചിട്ടുണ്ട്. ഒറ്റയ്ക്കുള്ള ജീവിതം എനിക്കു മടുത്തു." ഉമയുടെ സംസാരം ഉറച്ചതായിരുന്നു.

നന്ദകിഷൻ: "നീ ദത്തെടുക്കുന്ന കുഞ്ഞും വളർന്നുവരുമ്പോൾ ഒരേ കാകിയായി സ്വയം ശിക്ഷിച്ചു രസിച്ചാലോ? അപ്പോഴും നീ ഒറ്റയ്ക്കാ വില്ലേ?"

ഉമ: "നോക്കൂ നന്ദാ, എനിക്കു നിന്നോട് തർക്കിച്ചു ജയിക്കാൻ ഉദ്ദേ ശ്യമില്ല. ഞാൻ തീരുമാനിച്ചു കഴിഞ്ഞു."

നന്ദൻ മറുപടിയൊന്നും പറഞ്ഞില്ല. അന്ന് ഭൂമദ്ധ്യരേഖയെക്കുറി ച്ചുള്ള തീസിസിന്റെ ആദ്യ അദ്ധ്യായം അന്നൊറ്റ രാത്രികൊണ്ട് നന്ദകി ഷൻ എഴുതിത്തീർത്തു.

ഉമ ജനാലയ്ക്കൽ വന്നു. വാരിവലിച്ചിട്ടിരുന്ന കടലാസുകൾക്കും പുസ്തകങ്ങൾക്കും നടുവിൽ ഉടുവസ്ത്രമുരിഞ്ഞുപോയ അവസ്ഥയിൽ നന്ദകിഷൻ. മുറിയാകെ സിഗരറ്റുകുറ്റികൾ. കടൽമണമുള്ള പല കല്ലു കൾ, ചുവരാകെ പലനിറത്തിലുള്ള ഭൂപടങ്ങൾ, പല രാജ്യങ്ങളിലെ മനു ഷ്യരുടെ ചിത്രങ്ങൾ.

ജനാല വലിച്ചടച്ച് ഉമ പടവുകളിറങ്ങി. ആശുപത്രിയിലെത്തിയ ശേഷം വീട്ടിലേക്കു വിളിച്ചെങ്കിലും നന്ദകിഷൻ എണീറ്റിട്ടില്ലെന്നാണ് പാച

കക്കാരി ദേവകിയമ്മ പറഞ്ഞത്. രണ്ടു രോഗികൾക്കും അവരുടെ രോഗ
ങ്ങൾക്കുമിടയിൽ ലഭിച്ച നേരത്തൊക്കെ ഉമ നന്ദകിഷനെക്കുറിച്ച് ആലോ
ചിച്ചു. നന്ദന് പല സ്ത്രീകളുമായും സൗഹൃദമുള്ളതാണോ ഈ അകല
ത്തിനു കാരണം. അതോ തന്റെ രീതികളുമായി നന്ദന് യോജിക്കാനാവാ
ത്തതാണോ? ഇതേക്കുറിച്ച് ഒരിക്കൽ നന്ദനുമായി സംസാരിച്ചതാണ്.
അന്നവൻ പറഞ്ഞത്, താൻ സ്നേഹിക്കുന്നതു ശരീരത്തെയല്ല സാന്നി
ദ്ധ്യത്തെയാണെന്നാണ്. ആ അർത്ഥത്തിൽ നമ്മുടെ വളർത്തുനായയുമാ
യിപ്പോലും എനിക്കുള്ള ബന്ധത്തെ നിനക്കു ദുർവ്യാഖ്യാനം ചെയ്യാം
എന്നും.

ഉമ കാറിൽനിന്നിറങ്ങുമ്പോൾത്തന്നെ ദേവകിയമ്മ ആകെ പരിഭ്ര
മിച്ചു നില്ക്കുന്നതാണു കണ്ടത്. നന്ദൻ കലിപിടിച്ചു വല്ലതും പറഞ്ഞാൽ
അവരങ്ങനെയാണ്. ഇടയ്ക്കും മുറയ്ക്കും കാശുകൊടുത്തും വിശേഷ
മൊന്നുമില്ലാത്ത ദിവസങ്ങളിൽപ്പോലും വസ്ത്രങ്ങൾവാങ്ങി നല്കിയു
മൊക്കെ ഇവരെ വഷളാക്കുന്നത് നന്ദകിഷനാണ്. രാജാവിനെയും സേവ
കനെയും ഒരുപോലെ കാണുന്ന നന്ദകിഷന്റെ രീതിയോടു പലപ്പോഴും
വിയോജിപ്പു പ്രകടിപ്പിച്ചിട്ടുള്ളതുമാണ്. അതേക്കുറിച്ച് നന്ദകിഷന്റെ പ്രതി
കരണം ഇങ്ങനെ: "അവർക്കെന്നോടു സ്നേഹമുണ്ട്. ജി ശങ്കരക്കുറുപ്പിന്റെ
'സൂര്യകാന്തി'യിലെ ആ പാവം പൂവിനുണ്ടാകുന്ന ഫീലിങ്സ്."

എന്തിനാ നന്ദനെ കാണുമ്പോൾ നിങ്ങൾ വിറയ്ക്കുന്നതെന്ന് ഉമ
ചോദിച്ചപ്പോൾ അവർ പറഞ്ഞത്: "സാറിന് എന്റെ മോൻ ബാബുവിന്റെ
മണമാണ്. അവൻ സാറിനെപ്പോലെ വെളുത്തിട്ടായിരുന്നില്ല. എപ്പോഴും
നല്ല ഉടുപ്പൊക്കെയിട്ടേ അവൻ പുറത്തിറങ്ങുമായിരുന്നുള്ളൂ. ഒരിക്കൽ
നാട്ടിൽ വന്ന ഒരുകൂട്ടം സർക്കസുകാർക്കൊപ്പം അവൻ നാടുവിട്ടു.
ഇപ്പോൾ എവിടെയാണെങ്കിലും അവൻ മരണക്കിണറിൽനിന്നും ഉയർന്നു
വരികയാവും."

ഉമ ഒരക്ഷരം മറുപടി പറഞ്ഞില്ല.

"അതുകൊണ്ട് സാറിന്റെ തുണി നനയ്ക്കുമ്പോൾ ഒരുപാടുനേരം
ഞാനതു മണപ്പിച്ചുനോക്കും. സാറെപ്പോഴും ഇരിക്കുന്ന ബെഞ്ചിൽ ആരു
മില്ലാത്ത നേരത്തു ഞാൻ തലവെച്ചു കിടക്കും. അപ്പോൾ എന്റെ മോൻ
ബാബുവിന്റെ നെഞ്ചിടിപ്പെനിക്കു കേൾക്കാം. അവന്റെ അമ്മേയെന്നുള്ള
വിളി ആ ബെഞ്ചിനുള്ളിലുണ്ട്...." അവർ കരച്ചിലമർത്തി.

"...ദാ ഡോക്ടറെ ഏല്പിക്കാൻ സാർ തന്നിട്ടു പോയതാ." ദേവകി
യമ്മ അകത്തേക്കു നടന്നു.

ഉമ കവർ പൊട്ടിച്ചു. ഒരക്ഷരം പോലുമെഴുതാത്ത നന്ദകിഷൻ നല്
കിയ ആ കടലാസിലേക്കു നോക്കി ഉമ നിന്നു. അകലെനിന്നും ഒരു
കുഞ്ഞിന്റെ അമർത്തിപ്പിടിച്ചുള്ള കരച്ചിൽ.

(മാതൃഭൂമി ആഴ്ചപ്പതിപ്പ്)

ഭൈരവൻ ഉറങ്ങുന്നില്ല

തിരുവഞ്ചൻ തേൻ തേടുമ്പോഴുണ്ട് അകക്കാട്ടിൽ നിന്നൊരു ചിന്നം വിളി. ഭയമെപ്പോഴും സിരകളിലോടിത്തിമിർക്കുന്നതു കൊണ്ടാകണം അയാൾ നിന്നിടത്തു നിന്നൊന്നമ്പരന്നിളകി. നാലുപാടും നോക്കി. ഇല്ല, കാഴ്ചയുടെ പര്യമ്പുറത്തൊന്നും ആനയോ അമ്പാരിയോ കാണാനില്ല. കാണാനുള്ളതാകട്ടെ ആകാശംമുട്ടെ വളർന്നു പന്തലിച്ച മരക്കൂട്ടങ്ങൾ. അവയുടെ പടർന്നിറങ്ങിയ നിഴൽരൂപങ്ങൾ. തിരുവഞ്ചൻ വീണ്ടും അര ക്കെട്ടിലെ പാത്രത്തിലേക്കു തേൻപകർന്നു. ഇടയ്ക്കൊന്നു കൈ നക്കി രുചിച്ചു. വല്ലപ്പോഴുമൊക്കെ ഇങ്ങനെ നൊട്ടിനുണയുന്നതല്ലാതെ കൊതി തീരെ തേൻ കുടിക്കണമെന്നു കരുതും. നടക്കാറില്ല. കുടിയിലെ പുക യാത്ത അടുപ്പിനെക്കുറിച്ചോർക്കെ പല കാലങ്ങളിൽ വേണ്ടെന്നുവെച്ച പലവിധ മോഹങ്ങളിലൊന്നായിരുന്നു അതും.

നടുങ്ങിപ്പോയി തിരുവഞ്ചൻ. വിളിപ്പാടകലെ നില്ക്കുന്ന ഒറ്റക്കൊ മ്പൻ തലയിട്ടൊന്നു കുടഞ്ഞ് തുമ്പിക്കൈ പൊക്കിയുള്ള ആ നില്പ് ഒറ്റ ത്തവണകൂടി നോക്കാൻ തിരുവഞ്ചൻ കണ്ണുതുറന്നില്ല. ചില്ലകൾ അടർത്തി യെടുത്തു തലങ്ങും വിലങ്ങുമെറിഞ്ഞാണ് അവന്റെ നില്പ്. കേൾവി പൂർണ്ണമായും വിട്ടൊഴിയാത്തതിനാൽ അതൊക്കെ ഓട്ടത്തിനിടയിലും തിരുവഞ്ചൻ കേൾക്കുന്നുണ്ടായിരുന്നു. കിതപ്പോടെ ചെന്നുനിന്നതാകട്ടെ കണ്ണൻമൂപ്പിലിന്റെ കുര്യാലമുറ്റത്ത്. നാഗത്തറയിൽ തിരികൊളുത്തി തിരി യുമ്പോഴാണ് കണ്ണൻമൂപ്പിൽ ആ വാർത്ത തിരുവഞ്ചനിൽനിന്നും അറി യുന്നത്. നെല്ലിക്കാപ്പൊറയിൽ ഒറ്റയാൻ വീണ്ടും ഇറങ്ങിയിരിക്കുന്നു. പത്തു മുപ്പത്തഞ്ചു വർഷങ്ങൾക്കപ്പുറത്തെ ഒരു മഴക്കാലമാണ് കണ്ണൻമൂപ്പിൽ പെട്ടെന്നോർത്തെടുത്ത്. അന്ന് ഒറ്റയാനെ തളച്ച മാരിമുത്തുവിനെക്കു റിച്ചും കണ്ണൻമൂപ്പിൽ ഓർത്തു. ഓർമ്മയുടെ പെരുക്കത്തിനിടയിൽ പല

വിധ ചിത്രങ്ങൾ മിന്നിമറഞ്ഞു. ചിലതു വീണ്ടും വീണ്ടും ഓർക്കാൻ പിൻവിളിക്കുന്നവ. മറ്റു ചിലതു വല്ലാതെ വീർപ്പുമുട്ടിക്കുന്നവ. നെഞ്ചുപിടിച്ചു കുടയുന്നവ.

നെല്ലിക്കാപ്പാറയുടെ പ്രധാന വഴികളിലൊക്കെ ഭയംനിറഞ്ഞ കാലൊച്ച കേട്ടുതുടങ്ങി. അവർ കണ്ണൻമൂപ്പിലിന് ചുറ്റും വട്ടംകൂടിനിന്നു. അതിനകം കണ്ണൻമൂപ്പിൽ ഒറ്റയാനെ കണ്ടുകഴിഞ്ഞിരുന്നു. ചെറിയ വിറയലോടെ കണ്ണൻമൂപ്പിൽ പറഞ്ഞു: "പോംവഴി ഒന്നേയുള്ളൂ. അവൻ കോലരക്കു പാറയുടെ അതിരുകടന്നു വരുംമുന്നേ തളയ്ക്കണം. അല്ലെങ്കിൽ നമ്മുടെ കൃഷിയും കൂരകളും അവൻ തല്ലിത്തകർക്കും. അതിനെന്താണു നാം ചെയ്യുക." കണ്ണൻമൂപ്പിൽ നെല്ലിക്കാപ്പാറയിലെ ഓരോ കണ്ണുകളിലേക്കും നോക്കി.

"നമുക്കു സർക്കാരിനെ അറിയിച്ചാലോ!" ദാമുച്ചാര് ചോദിച്ചു. മറുപടി പറഞ്ഞതു കണ്ണൻമൂപ്പിലാണ്. "അതെ സർക്കാരിനെ അറിയിക്കാം. പക്ഷേ, അവർ തോക്കുമായെത്തും. ഒറ്റയാനെ മയക്കുവെടിവെച്ചോ മയക്കുവിദ്യകൾകൊണ്ടോ കെട്ടിവരിയും. ഒടുക്കം അവൻ ചത്തുമലയ്ക്കും. അതിന്റെ ശാപമൊക്കെ ഏറ്റുവാങ്ങേണ്ടിവരിക നമ്മളാകും. നെല്ലിക്കാപ്പാറയ്ക്ക് ഐശ്വര്യമാണ് ഒറ്റയാന്റെ വരവ്. നാട്ടിലേക്ക് ഇറങ്ങാൻ അനുവദിക്കാതെ അവനെ കാട്ടിലേക്കുതന്നെ തിരിച്ചയക്കുക. അല്ലെങ്കിൽ അപായം കൂടാതെ അവനെ തളച്ചു പരദേവതയുടെ നടയ്ക്കിരുത്തുക. അതിനെക്കുറിച്ചാണു നമ്മൾ ആലോചിക്കേണ്ടത്. ചുറ്റും കൂടിനിന്നവരുടെ കണ്ണുകൾ തിളങ്ങുന്നതു കണ്ണൻമൂപ്പിൽ കണ്ടു.

ശിവരശനും സംഘവും ഒറ്റയാൻ വേട്ടയ്ക്കൊരുങ്ങി. അകലങ്ങളിൽ ഒറ്റയാനെക്കണ്ട സംഘം വിറപൂണ്ട് ദൗത്യം ഉപേക്ഷിച്ചു. കണ്ണൻമൂപ്പിൽ നെല്ലിക്കാപ്പാറക്കാരോടു പറഞ്ഞു: "നെല്ലിക്കാപ്പാറക്കാർ ഈ വാർത്ത രഹസ്യമാക്കി വയ്ക്കുക. അതുമാത്രം മതി. ബാക്കിയൊക്കെ ഇനി എനിക്കു വിട്ടേക്കുക." എല്ലാവരും തലകുലുക്കി.

കത്ത് വായിച്ചതോടെ ഭൈരവന്റെ കണ്ണുകൾ തിളങ്ങി. ഭൈരവൻ കുനമ്പിനോട് നമ്മൾ യാത്രപുറപ്പെടുന്നു എന്നു മാത്രം പറഞ്ഞു. എതിർവാക്കൊന്നും പറയാതെ കുനമ്പ് ഒരുക്കം കഴിഞ്ഞെത്തി. ജീപ്പ് വളഞ്ഞു പുളഞ്ഞ വഴികൾ പിന്നിടുമ്പോഴൊന്നും ഭൈരവൻ സംസാരിച്ചില്ല. നാലുപാടും നോക്കി പല്ലുകൾ കൂട്ടിക്കടിച്ചു കൈകൾ പരസ്പരം ഞെരിച്ചുകൊണ്ടിരുന്നു ഭൈരവൻ. നെല്ലിക്കാപ്പാറയിലെത്തി കണ്ണൻമൂപ്പിലിനെ മുഖംകാണിച്ച് അധികമൊന്നും സംസാരിക്കാതെ നിന്നു ഭൈരവൻ. മാരിമുത്തുവിന്റെ മകനായ ഭൈരവനെ അടിമുടിയെന്നു നോക്കിയ കണ്ണൻമൂപ്പിൽ പറഞ്ഞു: "അതെ, അവനേക്കാൾ തിളക്കമുണ്ട് നിന്റെ കണ്ണുകൾക്ക്." ഭൈരവൻ മറുപടിയൊന്നും പറഞ്ഞില്ല. ഒറ്റയാനെ പൂട്ടാനുള്ള ഒരുക്കങ്ങൾക്കിടയിൽ ഭൈരവൻ ചിലതൊക്കെ ഓർത്തു. അപ്പോഴൊക്കെ അവന്റെ മുന്നിൽ തെളിഞ്ഞും മങ്ങിയും കടന്നുവന്ന ചിത്രങ്ങൾ. അവ നല്കിയ തിണർപ്പുകൾ. ഒരുപക്ഷേ, അതൊക്കെ അറിയുന്ന മറ്റൊരാൾ

കണ്ണൻമൂപ്പിലാകും. നെല്ലിക്കാപ്പാറയിൽ ആ രഹസ്യങ്ങൾ അറിയാവു
ന്നതും കണ്ണൻമൂപ്പിലിനാണ്. അയാൾക്കും തനിക്കുമിടയിൽ ആ രഹസ്യം
കിടന്നു ദ്രവിക്കട്ടെയെന്ന് ഭൈരവനു തോന്നി. കൂനമ്പുപോലും ആ
രഹസ്യം അറിയരുതെന്ന് ഭൈരവൻ നിശ്ചയിച്ചു.

നെല്ലിക്കാപ്പാറയിൽനിന്നും വനത്തിലേക്കിറങ്ങുന്ന കുത്തനെയുള്ള
കയറ്റം. അവിടെ പടർന്നു പന്തലിച്ചൊരു വൃക്ഷം. അതിനുമേലെയാണ്
ഭൈരവന്റെ ഏറുമാടം. അവിടെ ഇരുന്നാൽ ചുറ്റുവട്ടം വ്യക്തമായും
കാണാം. ഭൈരവനും കൂനമ്പും ഉറക്കമുപേക്ഷിച്ച് കാത്തിരുന്നു. അതി
നിടയിൽ ഉൾക്കാട്ടിലെ കുര്യാലയ്ക്കരികെവെച്ച് വള്ളി എന്ന സുന്ദരിയെ
ഭൈരവൻ പരിചയപ്പെട്ടു. അവളാണ് നെല്ലിക്കാപ്പാറയിലെ മറ്റൊരു
ജീവിതം ഭൈരവനു മുന്നിൽ വെളിപ്പെടുത്തിയത്. കൃഷ്ണരായർ എന്നൊ
രാൾ. അയാളുടെ ഇടംവലം നില്ക്കുന്ന കാവൽ സൈന്യം. അവരുടെ
മൃഗയാവിനോദങ്ങൾ, ചന്ദനമോഷണം, കടത്ത്, അന്യസംസ്ഥാനങ്ങളി
ലേക്കുള്ള വനസമ്പത്ത് കയറ്റുമതി, പെണ്ണുങ്ങളെ മെരുക്കൽ, മെരു
ങ്ങാത്തവരെ കുരുക്കൽ. അതുകേട്ടു കൂനമ്പ് ഭയന്നു. ഭൈരവൻ ചെറിയ
ചിരിയോടെ വള്ളിയെ യാത്രയാക്കി. ഭൈരവന്റെ മുഖമിരമ്പി. തന്റെ ഏറു
മാടത്തിനരികെയാണ് വള്ളിയുടെ കൂര. അവിടേക്ക് ഭൈരവൻ ഇടംക
ണ്ണിട്ടു നോക്കുന്നതു കൂനമ്പ് കണ്ടു.

ദിവസങ്ങൾ കഴിയുന്തോറും കണ്ണൻമൂപ്പിൽ അസ്വസ്ഥനായി. ഭൈര
വൻ ഏറുമാടത്തിലില്ല. വള്ളിയുമായി കാണുന്നതും, വാറ്റുചാരായം കുടി
ക്കുന്നതും കൃഷ്ണരായരുടെ വനംകൊള്ളയെപ്പറ്റി വിവരം ചോർത്തു
ന്നതുമൊക്കെ കണ്ണൻമൂപ്പിൽ അറിയുന്നുണ്ടായിരുന്നു. കൃഷ്ണരായരുടെ
എതിർചേരിയും ഭൈരവനെ കരുവാക്കി. ഇതൊക്കെ കൃഷ്ണരായർ അറി
ഞ്ഞാൽ എന്ന ചിന്ത കണ്ണൻമൂപ്പിലിന്റെ ഉറക്കം കെടുത്തിത്തുടങ്ങി. ഏതു
രീതിയിലും ഭൈരവനെ തിരിച്ചയക്കണമെന്നുപോലും കണ്ണിൻമൂപ്പിൽ
നിശ്ചയിച്ചു. അതു പറഞ്ഞപ്പോഴുണ്ട് ഭൈരവന്റെ തനിസ്വരൂപം പുറത്തു
വന്നു.

"അതെ കണ്ണൻമൂപ്പാ, ഞാൻ ഒറ്റയാനെ തളയ്ക്കാൻ വന്നതല്യോ.
അതുകഴിഞ്ഞേ ഞാൻ തിരിച്ചുപോകൂ. അതിനിടയിലെന്റെ ജോലിയിൽ
ആരും ഇടപെടരുത്. മുൻകൂറായി ഞാൻ കാശൊന്നും വാങ്ങിയിട്ടില്ലല്ലോ.
ജോലി തീർത്തുകഴിയുമ്പോൾ മതി പതോം തീർപ്പും." ഭൈരവൻ കൂന
മ്പിനെയും കൂട്ടിനടന്നു. ഭൈരവന്റെ നടപ്പുനോക്കി കണ്ണൻമൂപ്പിൽ നിന്നു.
എന്തൊരുറപ്പാണ് അവന്റെ ചുവടുവയ്പിന്. കണ്ണൻമൂപ്പിൽ ഏറെനേരം
ഭൈരവനെത്തന്നെ നോക്കി.

ഭൈരവന്റെ അച്ഛൻ മാരിമുത്തു നെല്ലിക്കാപ്പാറയിലേക്കു വന്നത്,
അയാൾക്ക് ഏറുമാടമൊരുക്കിയത്, പതിനാലാം ദിവസം ഒറ്റയാനെ മാരി
മുത്തു തളച്ചത്, നാട്ടുകാർ അയാൾക്കു നല്കിയ സ്വീകരണം. പുലർച്ചെ
മാരിമുത്തു യാത്രപറഞ്ഞുപോയത്. പിന്നീടാണറിയുന്നത് മാരിമുത്തുവി
നൊപ്പം പത്മാവതിയും നെല്ലിക്കാപ്പാറയുടെ അതിരുകടന്നുപോയെന്ന്.

അതിന്റെ പേരിലുണ്ടായ പുക്കാറുകൾ. കൃഷ്ണരായരുടെ മോഹപ്പെണ്ണാ
യിരുന്നു പത്മാവതി. രായരുടെ മുതുമലയിലേക്കുള്ള യാത്ര. അവിടെ
വെച്ചുള്ള മാരിമുത്തുവിന്റെ അപമൃത്യു. ആനക്കൊമ്പുകൊണ്ടുള്ള പിൻ
പുറക്കുത്തേറ്റാണ് മാരിമുത്തു മരിച്ചത്. രായരുടെയൊപ്പം എപ്പോഴും
കാണാറുള്ള അലങ്കാരവസ്തുവാണ് നൂറ്റാണ്ടുകൾ പഴക്കമുള്ളതെന്നു പറ
യുന്ന ആനക്കൊമ്പ്. ഇത്തരം പലവിധ ഓർമ്മകളിലൂടെ കണ്ണൻമൂപ്പിൽ
കറങ്ങിത്തിരിഞ്ഞു. ഭൈരവന്റെ അമ്മ പത്മാവതി മകനോടു തന്റെ
ജീവിതം പറഞ്ഞിട്ടുണ്ടാകുമോ? അച്ഛന്റെ മരണത്തെക്കുറിച്ചു പറഞ്ഞിട്ടു
ണ്ടാകുമോ? ഭൈരവന്റെ കണ്ണുകളിൽനിന്നും അവൻ അറിയാത്തതായി
യാതൊന്നുമില്ല എന്ന് കണ്ണൻമൂപ്പിലിനു തോന്നി.

ഭൈരവനും കൂനനമ്പും ഉൾക്കാട്ടിലേക്കു നടന്നു. ഒറ്റയാന്റെ മണം
ഭൈരവനെ അകലേക്കകലേക്കു നടക്കാൻ ക്ഷണിച്ചു. അകത്തു ചെല്ലു
മ്പോഴുണ്ട് അവിടെ കെണിയൊരുക്കി കാത്തുനിൽക്കുന്ന കൃഷ്ണരായരും
മല്ലിക്കെട്ട് എന്ന ഫോറസ്റ്റ്റേഞ്ച് ഓഫീസറും. നെല്ലിക്കാപ്പാറയിൽ ഭയം
വിതച്ചു വിളകൊയ്യുന്നവർ. ഭൈരവനും കൂനനമ്പും പിന്തിരിഞ്ഞില്ല. അവർ
കൃഷ്ണരായരുമായി ഏറ്റുമുട്ടി. തോക്കും കുഴിബോംബുമായി കാത്തു
നിന്ന രായർ. രായരുടെ മുഖംകണ്ടതോടെ ഭൈരവൻ മറ്റൊരാളായി മാറു
ന്നതു കൂനമ്പ് കണ്ടു. പിന്നെ കണ്ടതൊന്നും കൂനമ്പിന് ഓർത്തുവയ്ക്കാ
നായില്ല. പെട്ടെന്ന് കൃഷ്ണരായരോ മല്ലിക്കെട്ടോ പ്രതീക്ഷിക്കാതെ
ഉൾക്കാട്ടിൽനിന്നും ഒറ്റയാൻ ഇറങ്ങി വന്നു. കൊലവിളിച്ചുകൊണ്ട് ഒറ്റ
യാൻ രായരെയും മല്ലിക്കെട്ടിനെയും ചവിട്ടിയരച്ചു. നാട്ടാനയുടെ നയ
ത്തോടെ ഒറ്റയാൻ ഭൈരവനു മുന്നിൽവന്നു തുമ്പിക്കൈയൊട്ടി. എന്താണു
സംഭവിക്കുന്നതെന്ന് കൂനമ്പിന് മനസ്സിലായില്ല. ഭൈരവൻ ഭ്രാന്തമായി
നിന്നുതുള്ളി. നിലത്തുറയ്ക്കാത്ത കാലുകളുമായി അവൻ കണ്ണൻമൂപ്പി
ലിനരികിലേക്കു നടന്നു.

നെല്ലിക്കാപ്പാറയിൽ കാത്തുനിന്ന ജനങ്ങൾക്കിടയിലൂടെ ഭൈരവൻ
നടന്നു. ആരോടും യാത്ര പറയാതെ... കൊട്ടാരത്തിമലയിൽ കാത്തുനി
ല്ക്കുന്ന വള്ളിയെക്കുറിച്ചുമാത്രമേ ഭൈരവന് അപ്പോൾ ഓർമ്മയുണ്ടാ
യിരുന്നുള്ളൂ.

(കുങ്കുമം)

തത്സമയസംപ്രേഷണം

പാട്ടംപുരയിൽ സെയ്തലവിയുടെയും കുഞ്ഞിപ്പാത്തുമ്മയുടെയും ഏഴുമക്കളിൽ ആറാമനായിരുന്നു മുഹമ്മദ് ഇക്ബാൽ. പിറന്ന് വീണു വിനാഴിക കഴിയും മുന്നേ മുഹമ്മദ് ഇക്ബാൽ മുഷ്ടി മേലേക്കുയർത്തി മുദ്രാവാക്യം വിളിച്ചതായി തോന്നിയ മുസ്ല്യാർ കുഞ്ഞൊരു നാട്ടുപ്രമാ ണിയാകുമെന്നു പ്രവചിച്ചു. പെറ്റുമുറിയിലെത്തിയ വിരുന്നുകാരെ നോക്കി ചോരക്കുഞ്ഞ് മോണകാട്ടി ചിരിച്ചു. അതുകണ്ട കുഞ്ഞീബീ പറഞ്ഞു: "മുസല്യാർ പറഞ്ഞതു വെറുതേയല്ല. എവനൊരു പ്രധാനമന്ത്രിയാകും. നെഹ്റുവിനെപ്പോലെ നാലാളറിയുന്ന ഒരുത്തനാകും ഇവൻ." ഇതൊക്കെ കേട്ടപ്പോൾ കുഞ്ഞിപ്പാത്തുമ്മയുടെ അകം തുളുമ്പി.

രാത്രിനേരങ്ങളിൽ മകനെപ്പറ്റി മറ്റുള്ളവർ പറഞ്ഞതൊക്കെ കുഞ്ഞി പ്പാത്തുമ്മ ഭർത്താവായ സെയ്തലവിയോടു പറഞ്ഞു. അടയ്ക്കാപറി കഴിഞ്ഞു കാലും കൈയുമൊക്കെ കഴയ്ക്കുന്നുണ്ട്. എങ്കിലും മകനെ ക്കുറിച്ചുള്ള നല്ല വർത്തമാനം കേൾക്കുമ്പോൾ സെയ്തലവി ദേഹം വേദ നയൊക്കെ മറക്കും. പുൽപ്പായയിൽ കിടന്നുറങ്ങുന്ന മകനെ നോക്കി സെയ്തലവി പറയും: "ഇവൻ മന്ത്രിയുമാകണ്ട, എം എൽ എയുമാകണ്ട ന്റെ ബാപ്പെപ്പോലൊരു കള്ളനുമാകണ്ട. ചോര ഛർദ്ദിച്ചല്ലേ ബാപ്പ ചത്തേ." തന്റെ താവഴിത്തഴക്കത്തിൽ ദുഃഖിതനായ സെയ്തലവിയുടെ മടിയിലേക്കു കമിഴ്ന്നുകൊണ്ട് കുഞ്ഞിപ്പാത്തു സമാധാനിപ്പിക്കും: "നിങ്ങൾടെ ഉപ്പയെ സാഹചര്യമല്ലിയോ ഒരു കള്ളനാക്കിയേ. നമ്മൾടെ മോനങ്ങനെയൊന്നുമാവില്ല. ഒന്നീൽ ഒരു കണ്ണുഡോക്ടർ. അല്ലെങ്കിൽ പൊലീ സ്. ഇതിലേതെങ്കിലും ഒന്നാക്കും ഞാനിവനെ." സെയ്തലവി ആലോ ചിച്ചു. കുഞ്ഞിപ്പാത്തുവിന്റെ ബാപ്പ പൊലീസായിരുന്നു. തന്റെ ബാപ്പ കള്ളനും. മോഷണത്തിനിടെ കഴുക്കോൽ ഒടിഞ്ഞുവീണ് ബാപ്പയുടെ നട്ടെ

ല്ലൊടിഞ്ഞു. പെൻഷനായതോടെ കുഞ്ഞിപ്പാത്തുവിന്റെ ബാപ്പയും ഇരി
പ്പായി. അത്രനാളും നാട്ടിൽ ഒരുതീർപ്പേ നടന്നിരുന്നുള്ളൂ. അത് കുഞ്ഞി
പ്പാത്തുവിന്റെ ബാപ്പയുടെ തീർപ്പായിരുന്നു. എന്നാൽ കാക്കിക്കുപ്പായം
അഴിച്ചദിവസം രാത്രി കവലയിൽവെച്ച് പോക്കറ് പൊലീസിനെ നാട്ടു
കാർ പെരുമാറി. എല്ലാ മതക്കാരും ഏകോദര സഹോദരങ്ങളെപ്പോലെ
പോക്കറ് പൊലീസിനെ കൈകാര്യം ചെയ്തു. ഏഴാം നാൾ ആൾ മയ്യ
ത്തുമായി.

കാര്യമായ വിദ്യാഭ്യാസത്തിനൊന്നും അവസരം ലഭിച്ചില്ലെങ്കിലും
മുഹമ്മദ് ഇക്ബാൽ സ്വന്തം ജീവിതത്തെ ഒരു പാഠശാലയാക്കി. പത്താം
തരം മൂന്നാം വട്ടവും തോറ്റതോടെ പണിയിൽ ബാപ്പയെ സഹായിക്കാൻ
പോയിത്തുടങ്ങി. ബാപ്പ ഒരു അടയ്ക്കാമരത്തിൽനിന്നും മറ്റൊരടയ്ക്കാ
മരത്തിലേക്ക് അള്ളിപ്പിടിച്ചു കയറുന്നതുനോക്കി മുഹമ്മദ് ഇക്ബാൽ
അത്ഭുതപരതന്ത്രനായി നില്ക്കും. ഒന്നിലെ അടയ്ക്ക പറിച്ചുകഴിഞ്ഞാൽ
ബാപ്പ അടയ്ക്കാമരത്തിന്റെ ശിഖരം പതുക്കെ ആട്ടിത്തുടങ്ങും. നല്ല
ആയം കിട്ടിക്കഴിയുമ്പോൾ തൊട്ടടുത്ത അടയ്ക്കാമരത്തിലേക്ക് ഒരൊറ്റ
ചാട്ടമാണ്. അങ്ങനെയങ്ങനെ ഒരു നിരയിലെ ആദ്യത്തെ അടയ്ക്കാമര
ത്തിൽ കേറുന്ന ബാപ്പ ആ നിരയിലെ അവസാനത്തെ അടയ്ക്കാമരത്തി
ലൂടെയാവും ഭൂമിയിലേക്കിറങ്ങി വരിക. ഇടയ്ക്ക് കൂട്ടത്തിൽനിന്നും
ഞെട്ടറ്റുവീഴുന്ന പൈങ്ങ പോക്കറ്റിൽ പെറുക്കിയിടും. പോക്കറ്റ് നിറയു
മ്പോൾ അതു ചാക്കിലാക്കും. അങ്ങനെ അടയ്ക്ക പറിക്കുമ്പോൾ
ബാപ്പയെ സഹായിച്ചുനടക്കുന്ന കാലത്താണ് മുഹമ്മദ് ഇക്ബാൽ
പൂക്കോയ തങ്ങളെ പരിചയപ്പെടുന്നത്. തങ്ങൾക്ക് ഏക്കറു കണക്കിനു
കൃഷിയിടമുണ്ട്. അവിടമാകെ അടയ്ക്കാമരവും. നാലും കൂട്ടി മുറുക്കുന്ന
ശീലമുണ്ടായിരുന്നു തങ്ങൾക്ക്. നല്ല പഴുത്ത പാക്കൊരെണ്ണം അരിഞ്ഞ്
അണയിലേക്കു തിരുകുക. തൊട്ടുപിന്നാലെ ഒരു കഷണം പുകയിലെ
ഞെട്ടും. അതകത്താക്കുന്നതോടെ പൂക്കോയ തങ്ങൾ പതിവിലേറെ
സംസാരിക്കാൻ തുടങ്ങും. അങ്ങനെയുള്ള ഒരു വർത്തമാനത്തിനൊടു
വിൽ തങ്ങൾ ബാപ്പയോടു പറഞ്ഞു. "നെനക്കത്ര കഷ്ടമാണെങ്കിൽ
ഇവനെ ഇവിടെ നിർത്തിയേക്ക്. ഞാനിവന് ചൊല്ലും ചെലവും കൊടു
ത്തോളാം." കട്ടിപ്പണിയൊക്കെ ചെയ്യിച്ചു മകന്റെ ചങ്ക് കലക്കുമോയെന്ന
സംശയം സെയ്തലവിക്കുണ്ടായി. അതു മനസ്സിലാക്കിയ തങ്ങൾ
തുടർന്നു: "ഇവനു പറ്റാത്തതൊന്നും ഞാൻ ചെയ്യിക്കത്തില്ല. അവന്
ചെയ്യാവുന്ന എത്രയെത്ര കാര്യങ്ങളുണ്ട് ഈ ദുനിയാവില്. അതൊക്കെ
മാത്രമേ ഞാൻ ഇവനെക്കൊണ്ടു ചെയ്യിക്കൂ." ബാപ്പയ്ക്ക് സമ്മതമായി.
പകുതി മനസ്സോടെ ബാപ്പ സമ്മതം മൂളി. നല്ല നെയ്മീൻ ബിരിയാണീം
കോഴിവറുത്തതുമൊക്കെ മകനു തിന്നാൻ കിട്ടുമല്ലോ എന്ന് കുഞ്ഞീബി
ആശ്വസിച്ചു. അങ്ങനെയാണ് മുഹമ്മദ് ഇക്ബാൽ പൂക്കോയ തങ്ങളുടെ
സഹായിയായത്. നടപ്പിലും ഇരിപ്പിലുമൊക്കെ മുഹമ്മദ് ഇക്ബാൽ
തങ്ങളുടെ സഹചാരിയായി. വിളിച്ചാൽ വിളിപ്പുറത്തുനിന്ന് മുഹമ്മദ്

ഇക്ബാൽ തങ്ങളുടെ മുന്നിലെത്തും. തങ്ങളാകട്ടെ പതിമൂന്ന് മക്കളെ ക്കാളേറെ മുഹമ്മദ് ഇക്ബാലിനെ സ്നേഹിച്ചു. ഇതു മക്കളുടെ ചില്ലറ പരിഭവത്തിനു കാരണമാകുക പോലുമുണ്ടായി.

മുഹമ്മദ് ഇക്ബാൽ, പൂക്കോയ തങ്ങളുടെ ആരാണെന്ന ചോദ്യം കണ്ണാടിപ്പുറത്തെ ജനങ്ങൾ പരസ്പരം ചോദിച്ചു. ചിലർ അർത്ഥംവെച്ചു ചിരിച്ചു. വെടിവട്ടങ്ങളുമായി സായാഹ്നം പിന്നിടുന്ന കണ്ണാടിപ്പുറത്തെ ചെറുപ്പക്കാർ കഥകൾ മെനയുന്നതിൽ സമർത്ഥരായിരുന്നു. എന്നാൽ കണ്ണാടിപ്പുറത്തെ എല്ലാ വിപ്ലവശ്രമങ്ങളെയും തടയിട്ടുനിർത്തുന്ന പൂക്കോയ തങ്ങളെ നേരിടാൻ പലപ്പോഴും അവർക്കു കഴിഞ്ഞില്ല. ദിവ്യ ത്വങ്ങൾക്കു വിളനിലമാണ് പൂക്കോയ തങ്ങളെന്നു കണ്ണാടിപ്പുറത്തെ മഹാ ഭൂരിപക്ഷവും വിശ്വസിച്ചു. രോഗത്തിനു ശമനമുണ്ടാക്കുക, ആധികൾക്ക് അന്തമുണ്ടാക്കുക, കുടുംബ കലഹങ്ങൾക്കു തീർപ്പു കല്പിക്കുക – അങ്ങനെ നൂറായിരം കൂട്ടം മനുഷ്യവൈഷമ്യങ്ങൾക്കു തങ്ങൾ ഉപശാന്തി നിർദ്ദേശിച്ചു. അതിനെയൊന്നും മറുവിദ്യകൾകൊണ്ടു മറികടക്കാൻ എന്തു കൊണ്ടു കഴിയുന്നില്ല എന്ന് ആരും ആലോചിച്ചതുമില്ല. സ്വസമുദായ ത്തിൽതന്നെയുള്ള ചില ചെറുപ്പക്കാർ ആ വഴിക്കു ചില ആലോചനകൾ നടത്തിയില്ല എന്നു പറയാനാവില്ല. പക്ഷേ, അത്തരം പ്രതിലോമതകളെ മുളയിലേ നുള്ളാൻ മുഹമ്മദ് ഇക്ബാലിനു സാധിച്ചു.

കാലം കടന്നുപോകെ മുഹമ്മദ് ഇക്ബാൽ കണ്ണാടിപ്പുറത്തെ സാമൂഹ്യ രാഷ്ട്രീയ ജീവിതത്തിൽ എതിർ വാക്കില്ലാത്തവനായി. ഇട യ്ക്കിടെ വിദേശസന്ദർശനം കഴിഞ്ഞുവന്ന മുഹമ്മദ് ഇക്ബാൽ കണ്ണാടി പ്പുറത്തെ അണികൾക്ക് അത്തറും പുതുവസ്ത്രങ്ങളും വിതരണം ചെയ്തു. ഈന്തപ്പഴം, കുങ്കുമപ്പൊടി എന്നിവയാണ് മുഹമ്മദ് ഇക്ബാൽ തങ്ങൾക്കു വേണ്ടി കരുതിയത്. ശിഷ്യന്റെ സമ്മാനങ്ങൾ ഏറ്റുവാങ്ങിയതിനുശേഷം തങ്ങൾ ഉള്ളുതുറന്നു ചിരിച്ചു. മുഹമ്മദ് ഇക്ബാൽ തറവാട്ടിലെത്തി യാൽപ്പിന്നെ സന്ദർശകരെ സ്വീകരിക്കുന്നതിനോട് തങ്ങൾ വിമുഖത കാട്ടി. മുഖം കാണിക്കാനെത്തുന്നവരെ യാതൊരു ദാക്ഷിണ്യവുമില്ലാതെ തിരി ച്ചയക്കാനൊന്നുമുള്ള കഠിനഹൃദയമല്ല പൂക്കോയ തങ്ങളുടേത്. രസംപി ടിച്ചു സംസാരിക്കുന്നതിനിടെ പരസ്പരം കൈകോർത്തു പിടിച്ചുകൊ ണ്ടാകും തങ്ങളും മുഹമ്മദ് ഇക്ബാലും അടുത്തിടെയായി വീടിന്റെ മുൻഭാ ഗത്തേക്കു നടന്നുവരിക. അവരുടെ മനസ്സുകൾ രഹസ്യങ്ങളുടെ കലവറ യായി.

കണ്ണാടിപ്പുറം അംശംദേശത്തിൽ ജനഹിതം ആർക്ക് അനുകൂല മാണ്? ഇതറിയാനുള്ള പ്രാരംഭ വിജ്ഞാപനം പുറത്തുവന്നു. രായ്ക്കുരാ മാനം പൊതുനിരത്തിലും ചുവരുകളിലുമൊക്കെ കൊടിതോരണങ്ങൾ, പോസ്റ്റർ ഇവ നിറഞ്ഞു. മൈക്ക് അനൗൺസ്മെന്റുകൾ ഇടതടവില്ലാതെ ഇരമ്പിയകന്നു. ഒടുവിൽ മത്സരരംഗത്ത് ഇടതുപക്ഷ പുരോഗമനസഖ്യവും പൂക്കോയ തങ്ങളുടെ പാർട്ടിയും ഏറ്റുമുട്ടാനുള്ള മൈതാനമൊരുങ്ങി. അപ്പോഴാണ് മുഹമ്മദ് ഇക്ബാലിനെ അടിമുടി പിടിച്ചുലയ്ക്കുന്ന കോടതി

വിധി വരുന്നത്. രാവണീശ്വരം കൂട്ടക്കൊലയില്‍ മുഹമ്മദ് ഇക്ബാലിന് നേരിട്ട് ബന്ധമുണ്ടെന്നുള്ള കോടതിയുടെ പരാമര്‍ശമാണ് കണ്ണാടിപ്പുറ ത്തിന്റെ രാഷ്ട്രീയ താപനിലയെ പെട്ടെന്നു പിടിച്ചുലച്ചത്. പൂക്കോയ തങ്ങളുടെ അദ്ധ്യക്ഷതയില്‍ നടന്ന അടിയന്തര സമ്മേളനത്തില്‍ സഭാവാ സികളില്‍ ഭൂരിപക്ഷവും മുഹമ്മദ് ഇക്ബാല്‍ ജനവിധി തേടേണ്ട എന്ന അഭിപ്രായക്കാരായിരുന്നു. അതിനെ പ്രതിരോധിക്കാനാവാതെ തീരുമാനം ഇക്ബാലിനു വിടുന്നു എന്നുമാത്രം പറഞ്ഞ് തങ്ങള്‍ ആസ്ഥാനമന്ദിര ത്തില്‍ നിന്നിറങ്ങി. തനിക്കെതിരെ കരുനീക്കുന്ന മുജീബ് റഹ്മാനെ രൂക്ഷ മായൊരു നോട്ടം നോക്കിയിട്ടാണ് മുഹമ്മദ് ഇക്ബാല്‍ കാറില്‍ കയറി യത്.

കാറിലിരുന്നുകൊണ്ടു തന്റെ ഭാവികാലത്തെപ്പറ്റി മുഹമ്മദ് ഇക്ബാല്‍ ചിന്തിച്ചു. സിറ്റിസണ്‍ഷിപ്പു തരാന്‍ സൗദി ഗവണ്‍മെന്റ് തയ്യാറാണെന്ന് അറിയിച്ചുകൊണ്ടുള്ള എഴുത്ത് ബ്രീഫ്കേസിലുണ്ട്. അങ്ങനെ ചെയ്താല്‍ അതൊരു ഒളിച്ചോട്ടമായി വ്യാഖ്യാനിക്കപ്പെടും. രാവണീശ്വരം കൂട്ടക്കൊല യില്‍ ആളും അര്‍ത്ഥവും നല്‍കിയത് മറ്റാരുമല്ല. അത്തരം പ്രകോപന ങ്ങളുണ്ടാക്കിയതുകൊണ്ടാണു കഴിഞ്ഞ ജനഹിതപരിശോധനയില്‍ തന്റെ പാനല്‍ ഭൂരിപക്ഷം സ്വന്തമാക്കിയത്. ദൗര്‍ബല്യങ്ങള്‍ ആര്‍ക്കാണില്ലാ ത്തത്. അതൊക്കെ മറയ്ക്കാനാകുമെന്നതു വേറെ സത്യം. ചന്തമേറിയ പൂവ് കണ്ടാല്‍ ശലഭം അങ്ങോട്ടു പറന്നുചെല്ലും. എന്നാല്‍ കാമാര്‍ത്തനായ ശലഭത്തിന്റെ മുന്നില്‍ മൊഞ്ചുള്ള ഒരു പുഷ്പംപോലും വിടര്‍ന്നു പരില സിച്ചില്ലെങ്കിലോ. ചിത്രശലഭം കണ്ണില്‍പ്പെടുന്ന ഞെരിഞ്ഞില്‍ പൂക്കളി ലേക്കോ, കൈനാറിയിലേക്കോ പറന്നുചെന്നിരുന്നെന്നിരിക്കും. തന്റെ കാര്യത്തിലും അത്രയൊക്കെയെ സംഭവിച്ചിട്ടുള്ളൂ.

മൊഴിചൊല്ലാന്‍ മതം അനുവദിക്കുന്നത് എന്തുകൊണ്ടാവാം? വിര സത; വിരസതയില്‍ മനുഷ്യനെ തളച്ചിടാതിരിക്കാനാണ് പരമകാരുണി കന്മാരായ പൗരാണികര്‍ അങ്ങനെയൊക്കെ എഴുതിവെച്ചിരിക്കുന്നത്. ഇത്തരം ആലോചനകളിലൂടെ കടന്നുപോകുമ്പോഴേക്കും മുഹമ്മദ് ഇക്ബാല്‍ തന്റെ കോളേജിന്റെ പ്രവേശനകവാടം കടന്നുകഴിഞ്ഞിരുന്നു. അധികാര മത്സരത്തില്‍ നേരിട്ടിടപെടാന്‍ തനിക്കാവില്ല. അതിനുള്ള മറു വിദ്യയാണ് നിശ്ചയിക്കാന്‍ പോകുന്നത്. എങ്ങനെ തുടങ്ങണം, എന്തൊക്കെ വിഷയങ്ങള്‍ സംസാരിക്കണം എങ്ങനെ അവസാനിപ്പിക്കണം – ഇത്യാദികള്‍ ഓരോന്നായി മനസ്സില്‍ അടുക്കിവെച്ചു. കോളേജിലേക്കുള്ള ഡ്രൈവിനിരുപുറവുമുള്ള മഹാഗണികളെയോ, മറ്റു സസ്യജാലങ്ങളെയോ മുഹമ്മദ് ഇക്ബാല്‍ ശ്രദ്ധിച്ചില്ല. അതേസമയം സുന്ദരിമാരായ കോളേജ് കുമാരിമാര്‍ കടന്നുപോകുമ്പോഴുള്ള വിഭിന്ന ഗന്ധങ്ങള്‍ക്കായി കാറിന്റെ വിന്‍ഡ് സ്ക്രീന്‍ താഴ്ത്തിവയ്ക്കാന്‍ മുഹമ്മദ് ഇക്ബാല്‍ മറന്നതുമില്ല.

നൗഷാദ് ഇടനാഴിയിലൂടെ ക്ലാസ് മുറിയിലേക്കു നടന്നു. ഷേക്സ്പി യര്‍ നാടകങ്ങളിലെ ചില കഥാപാത്രങ്ങളെക്കുറിച്ച് ഒരാവൃത്തികൂടി നൗഷാദ് ചിലതൊക്കെ ഓര്‍ത്തു. കടല്‍പോലെ വിചിത്രവും നിഗൂഢവു

മായ എത്രയെത്ര കഥാപാത്രങ്ങളെയാണ് ഷേക്സ്പിയർ സങ്കല്പിച്ചെ
ടുത്തത്. ഇങ്ങനെയൊരാലോചന മനസ്സിലേക്കു കടന്നുവന്നെങ്കിലും
ഷേക്സ്പിയറുമായി മലയാള എഴുത്തുകാരെ താരതമ്യപ്പെടുത്താ
നൊന്നും നൗഷാദിനായില്ല. ഒന്നും മറ്റൊന്നുപോലെയാവില്ല. ഈ ലോക
നീതി ഓർത്തുകൊണ്ടു ക്ലാസ്മുറിയിലേക്കു കയറുമ്പോഴുണ്ട് എതിരെ
യുള്ള മുറിയിൽ മുംതാസ്. അവളുടെ നോട്ടത്തിൽ വല്ലാത്തൊരു പ്രണയ
ഭാവമുണ്ടോ? അതേപ്പറ്റി തുടർന്നെന്തെങ്കിലും ആലോചിക്കുംമുമ്പ് മുഹ
മ്മദ് ഇക്ബാലിന്റെ കാർ വന്നു നിന്നു. കാറിനുള്ളിൽനിന്ന് ആരും പുറ
ത്തേക്കിറങ്ങിയില്ല.

അധികം വൈകാതെ മജീദ് വാതില്ക്കലെത്തി, രഹസ്യം കണക്കെ
നൗഷാദിനോടെന്തോ പറഞ്ഞു. പിന്നീടെല്ലാം തിടുക്കത്തിലായിരുന്നു.
നൗഷാദ് ഊരന്ത്രാളപ്പെട്ടു കാറിനരികിലെത്തി. ഡോർ തുറന്നു. പിന്നിൽ
മുഹമ്മദ് ഇക്ബാൽ. ആളാകെ അസ്വസ്ഥനാണ്. എന്തിനാണു വിളിച്ച
തെന്നും എന്താണു പറയാനുള്ളതെന്നും ചോദിക്കുംമുമ്പേ മുഹമ്മദ്
ഇക്ബാലിന്റെ ടെയോട്ട ശബ്ദമുണ്ടാക്കാതെ തിരിച്ചിറങ്ങി. കാറിന്റെ
വേഗം കൂടുക മാത്രമല്ല അപരിചിതമായ ഭൂപ്രകൃതികളെ മറികടന്നു തേയി
ലക്കാടുകൾ പിന്നിട്ടു. അങ്ങനെ ചെങ്കുത്തായ ഒരിറക്കത്തിനൊടുവിലാ
യുള്ള ബംഗ്ലാവിന്റെ മുറ്റത്തേക്ക് അതു പ്രവേശിച്ചു. അവിടത്തെ ആർഭാ
ടവും ഇടപാടുകളും കണ്ട നൗഷാദ് ആകെ അമ്പരന്നു. മുഹമ്മദ് ഇക്ബാ
ലിന് ഇങ്ങനെയുള്ളൊരു ലോകമുണ്ടെന്ന അറിവ് നൗഷാദിനെ ധർമ്മസ
ങ്കടത്തിലാക്കി. ആരൊക്കെയാണു വന്നുപോകുന്നത്? കൈമാറുന്ന
ബ്രീഫ്കേസുകളിൽ എന്താകും? സർവ്വാലങ്കാര വിഭൂഷിതകളായ ഈ
സ്ത്രീകളെ എന്തിനാണിവിടെ നിർത്തിയിരിക്കുന്നത്? ഇത്തരം ചോദ്യ
ങ്ങൾക്കൊന്നും ഒരുത്തരം നൗഷാദിന്റെ മനസ്സ് നൗഷാദിനോടു പറ
ഞ്ഞില്ല. അല്ലെങ്കിൽത്തന്നെ മുഹമ്മദ് ഇക്ബാലിനെതിരായ യാതൊരു
ചിന്തയ്ക്കും നൗഷാദിന്റെ മനസ്സിൽ ഇടമുണ്ടായിരുന്നില്ല. എന്തൊക്കെ
കാരുണ്യങ്ങളാണ് മുഹമ്മദ് ഇക്ബാൽ തന്നോടു കാണിച്ചത്? മറ്റുള്ള
വർ എന്തും പറഞ്ഞുകൊള്ളട്ടെ. തനിക്കു കൺകണ്ട ദൈവം ഇക്ബാലി
ക്കത്തന്നെ. നൗഷാദ് ഉറപ്പിച്ചു.

ചെറിയൊരു കൈപ്പിഴയ്ക്ക് സൗദി സർക്കാർ വിധിച്ചത് കടുത്ത
ശിക്ഷ. അതിൽനിന്നും രക്ഷപ്പെടുത്തി നാട്ടിലെത്തിച്ചത് ഇക്ബാലിക്ക
യാണ്. ഉമ്മ ചെന്നു കരഞ്ഞുപറഞ്ഞപ്പോൾ അദ്ദേഹം കരുണ കാട്ടാതി
രുന്നെങ്കിലോ? സൗദിയിലെത്തിയപ്പോൾ നേരിട്ടുവന്നു തന്നെക്കണ്ട് സമാ
ധാനിപ്പിക്കാൻ വേറാരുമുണ്ടായിരുന്നില്ലല്ലോ. നൗഷാദ് അതുകൊണ്ടു
തന്നെ കണ്ണാടിപ്പുറം നിയോജകമണ്ഡലത്തിൽ മത്സരിക്കാൻതന്നെ മന
സ്സിലുറപ്പിച്ചു. എതിർപക്ഷക്കാരുടെ വാദങ്ങളെ തകർക്കാനുള്ള അടവു
തന്ത്രങ്ങൾ മെനഞ്ഞതൊക്കെ ഇക്ബാലിക്ക തന്നെയാണ്. നൗഷാദ്
ആലോചനകളിൽ മുഴുകിയുണർന്ന് ഇക്ബാലിനെ നോക്കി ചിരിച്ചു.

മുഹമ്മദ് ഇക്ബാൽ പറയുന്നത് അതേപടി കേൾക്കുക. അതു മാത്ര

മാണു തന്റെ ധർമ്മമെന്ന് നൗഷാദ് വിശ്വസിച്ചു. കണ്ണാടിപ്പുറത്തിന്റെ ഭരണ നവീകരണത്തിലും വിദ്യാഭ്യാസചിന്തയിലും ഔന്നത്യ പരിശ്രമങ്ങളിലു മൊക്കെ മുഹമ്മദ് ഇക്ബാൽ നിശ്ചയിക്കും. ഒപ്പിടുക മാത്രമായിരുന്നു നൗഷാദിന്റ കർമ്മം. അത് ഒരു നിമിഷംപോലും വൈകാതിരിക്കാൻ നൗഷാദ് ബദ്ധശ്രദ്ധനായി. ഇതിനിടെ കണ്ണാടിപ്പുറംക്ഷേത്രം വക കുളം തോണ്ടി. ഓത്തു പള്ളിയിൽ കിണർ മൂന്നെണ്ണം കുഴിച്ചു. കലുങ്കുകൾ നാലഞ്ചെണ്ണം പണിഞ്ഞു. അതിനിടയിലൊരു രാത്രിയിലാണ് കണ്ണാടി പ്പുറത്തിന്റെ ഹൃദയഭാഗത്തായി സ്ഥാപിക്കാൻ പോകുന്ന ഇരുമ്പുരുക്ക് കമ്പനിയുടെ അനുമതിപ്പത്രം തന്റെ മുന്നിലെത്തിയത്. നൗഷാദ് അതു ശ്രദ്ധിച്ചു. അതുണ്ടാക്കാനിടയുള്ള പാരിസ്ഥിതിക പ്രശ്നങ്ങളെപ്പറ്റി നൗഷാ ദിന് ചില സംശയങ്ങൾ തോന്നി. വ്യവസായം വരുന്നതിനോടു വിയോ ജിക്കാനാവില്ല. എന്നാലതു കണ്ണാടിപ്പുറത്തിന്റെ കണ്ണായ ഭാഗത്തുതന്നെ വേണമെന്നുണ്ടോ? അതിനുള്ള മുഹമ്മദ് ഇക്ബാലിന്റെ മറുപടിയിൽ ഭീഷ ണിയുടെ സ്വരമുണ്ടായിരുന്നു. കൂടുതൽ അന്വേഷിച്ചതോടെ ഇക്ബാലിന്റെ സ്വിസ് ശേഖരണത്തിലേക്കു രണ്ടേകാൽ കോടി രൂപ പറന്നെത്തിയതാണ് ഈ കാർക്കശ്യത്തിന്റെ കാരണമെന്ന് നൗഷാദിനു വ്യക്തമായി. പിന്നീ ടുള്ള നാളുകൾ നൗഷാദിന്റെ ജീവൻവരെ അപായപ്പെടുന്ന നിലയിലായി. ഭീഷണിയും ഒളിയാക്രമണവും മാത്രമല്ല മാനസികമായി തകർക്കാനുള്ള ശ്രമങ്ങളുമുണ്ടായി.

നൗഷാദെല്ലാം തുറന്നു പറയുമെന്നായതോടെ തോക്കുകൊണ്ടായി ഭീഷണികൾ. ഗത്യന്തരമില്ലാതെ, മന്ത്രിയായിട്ടുകൂടി പിടിച്ചു നില്ക്കാനാ വാതെ നൗഷാദ് ഒന്നുറച്ചു. മുജീബ് റഹ്മാൻ ചെയർമാനായുള്ള ടെലിവി ഷൻ ചാനലിലൂടെ എല്ലാം തുറന്നു പറയുക. അതിനുള്ള സമയം നിശ്ച യിക്കപ്പെട്ടു. പ്രൈംടൈം തന്നെ വേണമെന്ന് നൗഷാദ് മുജീബ് റഹ്മാ നോടു പറഞ്ഞു. മുജീബ് അതു സമ്മതിക്കുകയും ചെയ്തു.

കുപിതനായി മുഹമ്മദ് ഇക്ബാൽ ഫ്ളോറിലേക്കു കടന്നുചെന്നു. താൻ ചെയ്തുകൂട്ടിയതൊക്കെ, തന്റെ കണക്കറ്റ ധനസ്ഥിതിയെപ്പറ്റി – എല്ലാമെല്ലാം മുഹമ്മദ് ഇക്ബാൽ വെട്ടിത്തുറന്നു പറഞ്ഞു. നൗഷാദിനു നേരെ മുഹമ്മദ് ഇക്ബാൽ തോക്കുചൂണ്ടി. ട്രിഗറൊന്നു വലിച്ചാൽ നീ ഒരു കൈക്കുമ്പിൾ ചാരമാകുമെന്നൊക്കെ ഭീഷണിപ്പെടുത്തി. എല്ലാം കണ്ണാടിപ്പുറത്തെ ജനങ്ങൾ കാണുന്നുണ്ടെന്നറിയാവുന്ന നൗഷാദ് ഒരു ചെറുചിരിയോടെ അതിനെ നേരിട്ടു.

ഒടുവിൽ വിധിവിഹിതം മുഹമ്മദ് ഇക്ബാലിന് ലഭിച്ചു. നൗഷാദി നോടും മുജീബ് റഹ്മാനോടുമുള്ള കലിയടക്കാനാകാതെ ഇക്ബാൽ ഒരു കേബിൾ പൊട്ടിക്കാൻ ശ്രമിച്ചു. വൈദ്യുതിക്ക് അതിന്റെ യാത്രാപഥത്തെ നിരോധിക്കാനാകുമായിരുന്നില്ല.

ഒരു നിലവിളിയോടെ മുഹമ്മദ് ഇക്ബാൽ നിലത്തേക്കു വീണു. ഇതു ലോകത്തിന്റെ വിവിധഭാഗങ്ങളിലുള്ളവരെപ്പോലെ കണ്ണാടിപ്പുറം നിവാ സികളും കണ്ടു. അവർ മൂക്കത്തു വിരൽവെച്ചു.

അങ്ങനെ സുൽത്താൻ വീട്ടിൽ പരേതനായ സെയ്തലവിയുടെയും കുഞ്ഞിപ്പാത്തുമ്മയുടെയും മകൻ മുഹമ്മദ് ഇക്ബാൽ കാലയവനിക യ്ക്കുള്ളിൽ മറഞ്ഞു.

മുഹമ്മദ് ഇക്ബാൽ എന്ന നേതാവിനെക്കുറിച്ചുള്ള പ്രത്യേക പരി പാടിയുടെ സ്ക്രിപ്റ്റ് സബ് എഡിറ്ററായ വിനോദ്കുമാർ ന്യൂസ് എഡി റ്റർക്കു നല്കി. ചാനലിന്റെ നയങ്ങളോർത്തുകൊണ്ട് ന്യൂസ് എഡിറ്റർ അര വിന്ദാക്ഷൻ സ്ക്രിപ്റ്റ് എഡിറ്റു ചെയ്യാൻ തുടങ്ങി. താൻ സ്ക്രിപ്റ്റെഴുതി നിർമ്മിച്ച മുഹമ്മദ് ഇക്ബാലിനെക്കുറിച്ചുള്ള പ്രത്യേക പരിപാടി കണ്ട് വിനോദ്കുമാർ അമ്പരന്നു. താൻ അന്വേഷിച്ചറിഞ്ഞതും എഴുതിയതു മൊന്ന്. ചാനൽ നയം വേറൊന്ന്. ഏതാണു ശരി. ഏതാണു തെറ്റ്. സ്വയ മൊരു തീർപ്പു കല്പിക്കാനാകാതെ ലോഡ്ജ് മുറിയിലെ കട്ടിലിൽ വിനോ ദ്കുമാർ തിരിഞ്ഞും മറിഞ്ഞും കിടന്നു.

മുഹമ്മദ് ഇക്ബാൽ പല ആംഗിലിൽ വിനോദ്കുമാറിനു മുന്നിൽ പ്രത്യക്ഷപ്പെട്ട് കോക്രി കാണിച്ചു. മുണ്ടു മടക്കിക്കുത്തി കുണ്ടി കാണിച്ചു കൊണ്ട് മുഹമ്മദ് ഇക്ബാൽ പോകുന്നതുകണ്ട വിനോദ്കുമാർ തന്റെ തലവഴി പുതപ്പു വലിച്ചിട്ടു.

പ്രിവ്യൂ

"**നി**ന്റെ മെല്ലിച്ച ഈ വിരലുകളിൽനിന്നാണോ ഇത്രയും തീവ്ര മായ വാക്കുകൾ പിടച്ചുവീഴുന്നത്?"

എത്ര നിയന്ത്രിച്ചാലും സംഭാഷണത്തിൽനിന്നും സാഹിത്യഭാഷയെ പൂർണ്ണമായും ത്യജിക്കാൻ നിർമ്മൽ വർമ്മയ്ക്കു കഴിയാറില്ല. ഇടയ്ക്കും മുറയ്ക്കും നിർമ്മലിന്റെ സംസാരം സാഹിത്യബന്ധുരമാകും.

കീബോർഡിൽ ഗോതമ്പുനിറമുള്ള വിരലുകൾ പിയാനോവിലെന്ന പോലെ പായൽ പായിച്ചു.

ചില വാക്കുകൾ വല്ലാത്ത മൂർച്ചയിലാണ് അവൾ പറയുന്നത്. ചില വാക്കുകൾ വല്ലാത്ത ആർദ്രതയിൽ. ചിലതാകട്ടെ ആസക്തിയുടെ പാമ്പിൻ ചീറ്റലിൽ. ചില ദൃശ്യങ്ങൾ സ്ക്രീനിൽ മിന്നുമ്പോൾ പായലിന്റെ മുഖത്ത് ഹൃദയം കയറി പെരുക്കും. ആ നേരത്ത് അവൾ നിർമ്മലിന്റെ തുടയിൽ പിച്ചും. മുഖത്ത് മുടിയുടെ തുമ്പു ചുഴറ്റി പ്രഹരിക്കും.

പായൽ സക്സേന കണ്ണിറുക്കി നിർമ്മൽ വർമ്മയെ നോക്കി. തന്നെ ക്കാൾ പത്തിരുപത്തെട്ടു വയസ്സിനിളയതാണെങ്കിലും പായലിന്റെ സാന്നിദ്ധ്യം നിർമ്മൽ വർമ്മയുടെ മനസ്സിനെയും ഉടലിനെയും ഒരു നെരി പ്പോടിനുള്ളിലകപ്പെട്ടപോലെ ചൂടുപിടിപ്പിക്കും. അവൾ കടന്നുവരുമ്പോൾ മറ്റെവിടെയും അനുഭവിച്ചിട്ടില്ലാത്ത ആ മണം; അതു നഷ്ടമാവാതിരി ക്കാനായി എന്നും പകൽ കൃത്യം 8.45 ന് നിർമ്മൽ വർമ്മ തന്റെ മുറി യിൽനിന്നിറങ്ങി എഡിറ്റ് സ്യൂട്ടിലേക്കു നടക്കും. അവിടെയുള്ള ചെറിയ ജനാലയിലൂടെ നോക്കിയാൽ സ്കൂട്ടി പെപ്പ് സ്റ്റാൻഡിൽവെച്ചു ചെറിയ ബാഗ് വീശി പടവുകൾ കയറിവരുന്ന പായലിനെ കാണാം. അവൾ അഞ്ചു മിനിറ്റ് വൈകുന്ന ദിവസം ഒരു കാര്യം ഉറപ്പാണ്. അന്നവൾ എന്നത്തേ തിലും സുന്ദരിയുമായിരിക്കും. നേരെ നടന്ന് എഡിറ്റ് സ്യൂട്ടിലെത്തി ബാഗു

വെച്ചശേഷം അവൾ തിടുക്കത്തിൽ പുറത്തേക്കുപോകും. പെട്ടെന്നു തിരി ച്ചെത്തുകയും ചെയ്യും. ഒരുനാൾ അതേക്കുറിച്ചു ചോദിച്ചപ്പോൾ പായൽ ഒന്നു പുഞ്ചിരിച്ചു; നാണപ്പറ്റു തീരെയില്ലാതെ. എന്നിട്ട് നിർമ്മലിന് അഭി മുഖമായി നിന്നുകൊണ്ട് പായൽ പറഞ്ഞു:

"നിർമ്മൽ, നന്നായി മുട്ടുമ്പോഴേ ഞാൻ മൂത്രമൊഴിക്കാറുള്ളൂ. രാവിലെയെണീറ്റാൽ അതിനു തോന്നാറില്ല."

അത്ഭുതത്തോടെ നിർമ്മൽ വർമ്മ പായലിനെ നോക്കി. അവൾ തുടർന്നു:

"അരമുക്കാൽ മണിക്കൂർ സ്കൂട്ടറിൽ ഒരേ പൊസിഷനിൽ ഇരിക്കു മ്പോൾ നല്ല ടെൻഷനാവും, അതൊരു വല്ലാത്ത സുഖമാ."

പായൽ സക്സേനയുടെ ചുണ്ടുകളിലേക്കും കണ്ണുകളിലേക്കും ഇങ്ങ നെയുള്ള സംസാരനേരങ്ങളിൽ നോക്കിയിരിക്കാൻ രസമാണ്. ഇടയ്ക്ക് കുർമ്പനയുള്ള നാവറ്റംകൊണ്ട് അവൾ താഴത്തെ ചുണ്ടാകമാനം ഒന്നു നനയ്ക്കും. ഈ നേരത്ത് അവളുടെ കഴുത്തിൽ ഞരമ്പുകൾ എഴുന്നു വരും.

"നിർമ്മൽ, എങ്ങനെയുണ്ടെന്റെ പുതിയ ജീൻസ്. എം ഡി മിഡിൽ ഈസ്റ്റ് യാത്ര കഴിഞ്ഞുവന്നപ്പോൾ കൊണ്ടുവന്നതാ. ലോകത്തിലെ ഏറ്റവും വിലയുള്ള സാധനം." പായൽ നിർമ്മൽ വർമ്മയ്ക്കു മുന്നിൽ തിരിഞ്ഞുനിന്നു. ഓറഞ്ച് നിറമുള്ള ഫുൾസ്ലീവ് ടീഷർട്ടും കറുത്ത ജീൻസു മായിരുന്നു പായലിന്റെ വേഷം. തിരിഞ്ഞുനിന്നു കൈകൾ മേലോട്ടു യർത്തിയപ്പോൾ ടീഷർട്ട് അവളുടെ ശരീരത്തിൽ മുറുകിപ്പിടിച്ചു. ജീൻ സിനും ടീഷർട്ടിനുമിടയിലുള്ള നഗ്നതയിലെ ഗോതമ്പുനിറം നിർമ്മൽ വർമ്മയിലെ ക്രിയേറ്റീവ് ഡയറക്ടറുടെ മനസ്സിനെ തരളിതമാക്കി. "ബഹുത്ത് അച്ഛാ ഹേ പായൽ. ബഹുത്ത് അച്ഛാ." നിർമ്മൽ വർമ്മ പറഞ്ഞു.

ഡൽഹിയിൽ ഔറംഗസീബ് റോഡിന്റെ പകുതിയിലായാണ് വി പി ടിയുടെ സ്റ്റുഡിയോ. അവിടെ സീനിയർ ക്രിയേറ്റീവ് എക്സിക്യൂട്ടീവ് നിർമ്മൽ വർമ്മയാണ്. നാലഞ്ചു കിലോമീറ്റർ മാറിയാണ് മെയിൻ സ്റ്റുഡിയോ. അവിടെയാണ് പ്രധാനപ്പെട്ട പ്രോഗ്രാമുകളുടെയൊക്കെ ഫ്ലോറും ഷൂട്ടിങ്ങുമൊക്കെ. ഇരുനൂറോളം വരുന്ന ജീവനക്കാരാണ് അവി ടെയുള്ളത്. അവരെല്ലാം ഇരിക്കുമ്പോൾ അപ്രതീക്ഷിതമായി എം ഡി പറഞ്ഞു:

"ഔറംഗസീബ് റോഡിലെ നമ്മുടെ അനക്സിലാണ് ഇനി മുതൽ പ്രിവ്യൂ തിയേറ്റർ. ഓരോരുത്തരും അവരവരുടെ പ്രോഗ്രാം ടെലിക്കാസ്റ്റിങ് ടൈമിന് മുന്നു മണിക്കൂർ മുമ്പ് അവിടെ എത്തിക്കണം; എക്സപ്ട് ന്യൂസ് ബെയ്സ്ഡ് പ്രോഗ്രാം. അവിടെ നിങ്ങളുടെ പ്രോഗ്രാം കണ്ട് വിലയിരു ത്തുന്നതിനും കറക്ഷനെന്തെങ്കിലുമുണ്ടെങ്കിൽ അതു നടത്തുന്നതിനും നിർമ്മൽ വർമ്മ അവിടെ നിങ്ങളെ കാത്തിരിക്കുന്നുണ്ടാകും. പ്രിവ്യൂവി നിടയിൽ കിട്ടുന്ന ഇടവേളയിൽ നിർമ്മൽ വർമ്മയ്ക്ക് പുതിയ പുതിയ

ആലോചനകളുമായി അവിടെ
creative in his solitude."
എം ഡി നിർമ്മൽ വർ
റിയും ആത്മസുഹൃത്തുമാ
ഗണന നല്കി എന്ന പര
ക്കാർ പരസ്പരം നോക്ക
ക്സിലേക്ക് ഒരാളെ മ
അവർക്കറിയാം. അതേ
ചെയ്യില്ല എന്നും വ്യ
മറിക്കലിലുള്ളതായി
പായൽ കാ
പുറത്തു തണുപ്പു
റിനുള്ളിൽ സ്വന്ത
പായൽ ഫോൺ
മെന്നുമാത്രം പ
ക്കുള്ള ജനാല
നിർമ്മൽ വർ
കയറുന്നുണ്ട
നില്ക്കുന്നേ
അകത്തെ
മ്മൽ എന
വര
ഐഡി
മായിട്ട
നിറ
റോ
ഗമ
ക്ക
മ

വെയിൽ ജനാല
ച്ചിട്ടിരുന്നു. അതി
ത്. അതിനുമുമ്പ്
ില്ല. അവളുടെ

ൽ ചോദിച്ചു.
മ്മൽ, അതു

വെടുക്കു
ിൽ എഴു

ടുക്കു
താണ്
നെ
ിടെ
ാർ
ാ
യ

താഴേക്കു ചെറുതായൊന്നുവലിച്ച് സുസ്മേരവദനയായി.

ഒരുച്ചമുതൽ സായാഹ്നംവരെ ഇതുപോലുള്ള തർക്കങ്ങളും വാഗ്വാ ദവുമൊക്കെയായി പായൽ സ്റ്റുഡിയോവിൽ നിന്നു. സന്ധ്യമയങ്ങി. ഔറം ഗസീബ് റോഡ് തിങ്ങിക്കവിഞ്ഞു തുടങ്ങിയപ്പോഴാണ് അവൾ തിടുക്ക ത്തിൽ ബാഗുമെടുത്തു പുറത്തേക്കുപോയത്. അപ്പോൾ അവൾക്കു പിന്നിൽ സിറ്റൗട്ടിലേക്കിറങ്ങിച്ചെന്ന നിർമ്മൽ വർമ്മയെ നോക്കി സെക്യൂ രിറ്റിയിലുണ്ടായിരുന്ന സർദാർജി അർത്ഥഗർഭമായി ചിരിച്ചു. സമൃദ്ധമായ താടിക്കിടയിൽ ചുണ്ടുകൾ കോട്ടിയുള്ള അയാളുടെ ചിരിയുടെ അർത്ഥം നിർമ്മൽ വർമ്മയ്ക്കു നന്നായി മനസ്സിലാകുകയും ചെയ്തു.

സ്കൂട്ടി പെപ്പിലേക്കു കയറുംമുമ്പ് പായൽ നിർമ്മൽ വർമ്മയെ നോക്കി. "ഒരുമാസം; ഒരുമാസം കഴിഞ്ഞ് ഞാൻ വരുന്നത് ഈ പായലാ യിട്ടാവില്ല. It will be a surprise!"

നിർമ്മൽ വർമ്മ ചിരിച്ചു.

ഇവൾ കല്യാണം കഴിക്കാൻ പോകുകയാണെങ്കിൽ ഇങ്ങനെ പറ യുന്നതിന്റെ അർത്ഥം മനസ്സിലാക്കാം. ഈ മനോഹരവും കൊലുന്നനെ യുള്ളതുമായ ശരീരം; അതു പുറപ്പെടുവിക്കുന്ന സുഗന്ധം – ഇതെല്ലാം മറ്റൊരാൾ സ്വന്തമാക്കി കഴിയുന്നതോടെ, ഏതൊരു പെൺകുട്ടിയെയും പോലെ പായലിന്റെയും ജീവിതവീക്ഷണത്തിൽ മാറ്റംവരും. അങ്ങനെ യൊന്നും സംഭവിക്കാനിടയില്ല. അതിനാവില്ല അവൾ ലീവെടുക്കുന്ന തെന്നു വിശ്വസിക്കാനാണ് നിർമ്മൽ ശ്രമിച്ചത്.

ഇഷ്ടമുള്ള പെണ്ണിന്റെ; അവൾ സ്വന്തമാകില്ലെന്നുറപ്പുണ്ടെങ്കിലും മറ്റാരെങ്കിലും അതു സ്വന്തമാക്കുന്നത് സഹിക്കാനാവില്ല. ഒരുപക്ഷേ, പായൽ അവളുടെ രഹസ്യകാമുകന് തന്റെ ശരീരവും മനസ്സും ഈ ഒരു മാസത്തിനുള്ളിൽ സമർപ്പിക്കുമെന്നാണോ ഉദ്ദേശിച്ചത്. എങ്കിൽ ആ പഹ യൻ ആരാവും. അവനെ ഈ ഭൂമിയിൽനിന്നും നിഷ്കാസിതനാക്കാൻ എന്തു മാർഗ്ഗമാണു സ്വീകരിക്കേണ്ടത്. നിർമ്മൽ വെറുതെ ആലോചിച്ച് ചിരിച്ചു. ഇങ്ങനെയൊക്കെ ആലോചിച്ചു നില്ക്കെ പായൽ അവളുടെ സ്കൂട്ടി പെപ്പോടിച്ചു റോഡിന്റെ മിന്നലാട്ടങ്ങളിൽ അലിഞ്ഞുചേർന്നു.

ഒരു മാസവും നാലു ദിവസവും, കൃത്യമായി പറഞ്ഞാൽ മുപ്പത്തി നാലു ദിവസം കഴിഞ്ഞാണ് പായൽ സ്റ്റുഡിയോവിലെത്തിയത്. ഇക്കാ ലത്ത് അവൾ മുടങ്ങാതെ വിളിക്കുമെന്നൊക്കെ പ്രതീക്ഷിച്ചെങ്കിലും അതു ണ്ടായില്ല. ചില ഇ-മെയിൽ സന്ദേശങ്ങൾ; അധികവും രസകരമായവ, അവൾക്കയച്ചെങ്കിലും അതിനൊന്നും പ്രതീക്ഷിച്ചതുപോലെ പായൽ പ്രതികരിച്ചില്ല. അവൾ അയച്ച സന്ദേശങ്ങളാകട്ടെ ചില മഹത് വചന ങ്ങളും സ്വകാര്യ നിരീക്ഷണങ്ങളുമായിരുന്നു. നിർമ്മൽ അയച്ച 'flowers are fresh like u' എന്നൊരു സന്ദേശത്തിനു മറുപടിയായി ആശ്ചര്യ ചിഹ്നങ്ങൾ മാത്രമുള്ള നാലഞ്ചു വരിയായിരുന്നു പായലിന്റെ മറുപടി.

"നിർമ്മൽ, എം ഡി മാത്രമാണ് ഈ സ്റ്റോറി ഇതിനിടയിൽ കണ്ടിട്ടു ള്ളത്. മൂന്നാമൻ നിർമ്മൽ. ക്യാമറ, എഡിറ്റിങ്, മിക്സിങ്, വോയ്സ് ഓവർ

ഇതെല്ലാം ഞാൻ തന്നെ നിർവ്വഹിച്ചതു മറ്റാരും കാണരുതെന്നു നിർബ്ബ ന്ധമുള്ളതുകൊണ്ടാണ്. ഒരു ന്യൂസ് സ്റ്റോറിക്ക് ഒരു ദിവസത്തെ ആയുസ്സേ ലഭിക്കൂ എങ്കിൽ ഞാൻ അങ്ങനെയൊരു സ്റ്റോറിയെക്കുറിച്ചുള്ള ആലോ ചനയ്ക്കായി അധികസമയം വേസ്റ്റാക്കില്ല."

പെരുവിരൽ നിലത്തുകുത്തി ഒന്നാഞ്ഞ് തിരിഞ്ഞ പായൽ അവളുടെ തോൾ സഞ്ചിയിൽനിന്നും കാസെറ്റ് പുറത്തെടുത്തു. വളരെ സൂക്ഷ്മത യോടെ കാസെറ്റ് പ്ലേയറിലേക്കു പ്രവേശിപ്പിച്ചുകൊണ്ട് പായൽ നിർമ്മൽ വർമ്മയെ ഉഴിഞ്ഞൊന്നു നോക്കി. ഉദ്യോഗത്തിന്റെ മുൾമുനയിൽ നില്ക്കുന്ന അവസ്ഥയിലായിരുന്നു നിർമ്മൽ വർമ്മ. പ്രിവ്യൂവിനെത്തുന്ന കാസെറ്റു കൾ കാണുന്നതിനാണ് ഹേമന്ത് തന്നെ നിയോഗിച്ചിരിക്കുന്നത്. മറ്റ് ഉത്ത രവാദിത്വങ്ങളിൽ നിന്നെല്ലാം ഹേമന്ത് തന്നെ മനഃപൂർവ്വം മാറ്റി നിർത്തി യതാണ്. നാല്പത്തിരണ്ടാമത്തെ വയസ്സിൽ ഹൃദയത്തിൽ നാലഞ്ചു ബ്ലോക്കുകൾ എന്നു പറഞ്ഞാൽ അത്ര നിസ്സാര കാര്യമൊന്നുമല്ല. അത റിഞ്ഞ ദിവസമാണ് അനക്സിലെ പ്രിവ്യു തിയേറ്ററിന്റെ ചാർജ്ജിലേക്ക് ഹേമന്ത് തന്നെ മാറ്റി നിയോഗിച്ചത്. അന്നു വൈകുന്നേരത്തെ ഒത്തുചേ രലിൽ ഹോട്ടൽ മുഗൾ സാമ്രാജിൽവെച്ച് ഹേമന്ത് പറഞ്ഞത് നിർമ്മൽ ഓർത്തു.

"നിർമ്മൽ, ഈ പ്രായത്തിൽ നിന്റെ ഹൃദയം പണിമുടക്കുമെന്നു സൂചന നല്കുന്നത് അത്ര നല്ല ലക്ഷണമൊന്നുമല്ല."

"സൂചനകളെ നാം എന്തിനു ഭയക്കണം ഹേമന്ത്." നിർമ്മൽ ഒരു സിഗരറ്റു കത്തിച്ചു.

"ചില സൂചനകളെ നമുക്ക് അവഗണിക്കാം. എന്നാൽ മറ്റു ചിലതിനെ നാം അവഗണിക്കരുത്. അവ ഒരുപക്ഷേ, കൂടുതൽ ഭീഷണിയോടെ നമ്മെ കീഴ്പ്പെടുത്താൻ ശ്രമിച്ചെന്നിരിക്കും." ഹേമന്ത്.

നിർമ്മൽ ചിരിച്ചു.

"ഹൃദയം പണിമുടക്കുമെന്നു സൂചനയോ പണിമുടക്കുക തന്നെയോ ആവട്ടെ. അവിവാഹിതനും ആരെയും ആശ്രയിക്കുകയോ, ആരും എന്നെ ആശ്രയിക്കുകയോ ചെയ്യാത്ത അവസ്ഥയിൽ ഞാനെന്തിനു ഭയക്കണം?"

ഹേമന്ത് ഐസ്ക്യൂബ് പകർന്നു.

പൊട്ടറ്റോ ചിപ്സിന്റെ ആരാധകനാണ് നിർമ്മൽ. അതറിയുന്നതു കൊണ്ട് ഓർഡർ ലഭിക്കാതെതന്നെ മേശമേൽ ഇഷ്ടവിഭവം വിളമ്പാൻ ബെയറർ മറന്നില്ല.

"എന്തുതന്നെയായാലും നല്ലയൊരു കാർഡിയോളജിസ്റ്റിനെ നീ കാണണം. രക്തത്തിന്റെ കുതിപ്പുകൂട്ടി. ഹൃദയത്തിലേക്കുള്ള; ഹൃദയ ത്തിൽ നിന്നുള്ള ഏതു തടസ്സത്തെയും പുതിയ മരുന്നുകൾ തുറന്നു കൊണ്ടുവരും. അക്കാര്യത്തിൽ നീ പേടിക്കണ്ട." ഹേമന്ത്.

നിർമ്മൽ മൂന്നാം പെഗ് ഫിനിഷ് ചെയ്തുകൊണ്ട് ചുണ്ടുകൾ തുടച്ചു. പൊട്ടറ്റോ ചിപ്സിലേക് സോസെടുത്തു കമഴ്ത്തി. ഇഴഞ്ഞിഴഞ്ഞ് ഓരോ ചിപ്സിനുമിടയിലൂടെ സോസ് ഒരു ഇഴജന്തുവിനെപ്പോലെ മന്ദവേഗത്തിൽ

മുന്നോട്ടുനീങ്ങി.

"സ്പെഷ്യൽ സ്റ്റോറീസ് അസൈൻ ചെയ്യുമ്പോൾ മാത്രം പായൽ പ്രിവ്യൂ സ്റ്റുഡിയോവിൽനിന്നു പുറത്തുപോയാൽ മതി. ബാക്കിസമയം നിന്നെ അവൾ അസിസ്റ്റു ചെയ്യും. അവളുടെ സാന്നിദ്ധ്യം നിന്റെ ദുർമ്മേ ദസിനെ ഒരുപക്ഷേ, ഇല്ലായ്മ ചെയ്തേക്കാം." ഹേമന്ത് സിഗററ്റിനു തീകൊളുത്തി. പുകകൊണ്ടു പല രൂപങ്ങളെ വായുവിൽ സൃഷ്ടിക്കാൻ ഹേമന്തിനു വല്ലാത്ത കൗതുകമാണ്. ചിലപ്പോൾ ചൈന, മറ്റു ചിലപ്പോൾ റഷ്യ, അതുമല്ലെങ്കിൽ ലാറ്റിനമേരിക്ക – ഇങ്ങനെ രാജ്യങ്ങളുടെ രൂപാന്ത രങ്ങളായിരുന്നു ആദ്യസൃഷ്ടികൾ. പിന്നതു പക്ഷിമൃഗാദികളുടേതായി. ഒരു ഒട്ടകത്തിന്റെ മരുഭൂമിയിലൂടെയുള്ള യാത്രയെ പുനഃസൃഷ്ടിച്ചു കൊണ്ട് ഹേമന്ത് ഏറുകണ്ണിട്ട് നിർമ്മലിനെ നോക്കി.

"നിർമ്മൽ, നമ്മുടെ പകുതി പ്രായമേയുള്ളൂ അവൾക്ക്. പക്ഷേ, അവൾ അടുത്തുവരുന്നതു വല്ലാത്തൊരനുഭവമാണ്. ഞാൻ ഉദ്ദേശിച്ചത് ഒരു ഉന്മേഷമുള്ള പെണ്ണിന് നമ്മളെപ്പോലെയുള്ളവരെ എങ്ങനെ വേണ മെങ്കിലും വഴക്കമുള്ളവരാക്കാം. അതിന് അവൾ ഒരു പ്രത്യേക മിഴിവു സൃഷ്ടിച്ചാൽ മാത്രം മതി. കിടക്കയിൽ നഗ്നതകൊണ്ടു നഗ്നതയെ മറ യ്ക്കേണ്ട ആവശ്യമൊന്നുമില്ല."

ഹേമന്ത് മൂന്നിനുശേഷമുള്ള പെഗ്ഗുകളിൽ ഐസ്ക്യൂബ് മാത്രം പകർന്നു. അന്നു പിരിയുമ്പോൾ ഹേമന്ത് രഹസ്യം കണക്കെ പറഞ്ഞു:

"അവൾ നിന്നെ അനക്സിലെ ഒറ്റപ്പെടലിൽനിന്നും പുനഃസൃഷ ടിക്കും. ഒരുപക്ഷേ, നീ മറ്റൊരാളാകും."

നിർമ്മൽ വർമ്മ പായലിന്റെ വിരലുകളെത്തന്നെയാണു ശ്രദ്ധിച്ചത്. കാസെറ്റ് റീവൈൻഡ് ഓട്ടം നടത്തിയശേഷം പ്ലേ ആവാതെ കാത്തിരി ക്കുകയാണ്. നിർമ്മൽ വർമ്മ ഇടയ്ക്കിടയിൽ കണ്ണുകളടച്ചു ധ്യാനനിമ ഗ്നനാകുന്നത് പതിവാണ്. പുതിയ പ്രോഗ്രാമുകളെപ്പറ്റി തലപുകയ്ക്കലോ അതല്ലെങ്കിൽ പ്രിവ്യൂ കഴിഞ്ഞ ഏതെങ്കിലും പ്രോഗ്രാമിനെപ്പറ്റി കുറിപ്പു തയ്യാറാക്കാനുള്ള മാനസികമായ ഒരുക്കമോ ആകുമെന്നു പായൽ കരുതി. സ്വാഭാവികമായ ഉണർവ്വിലേക്ക് നിർമ്മൽ തിരിച്ചുവരട്ടെ എന്ന തീരുമാ നത്തോടെ മേശമേൽ കിടന്നിരുന്ന മാഗസിൻ മറിച്ചുനോക്കി പായൽ കസേരയിലേക്കു ചാഞ്ഞു. നഗ്നമായ കാൽപാദത്തിലൂടെ ഒരുറുമ്പ് ഇഴഞ്ഞു കയറുന്നതുപോലെ ഒരു തോന്നൽ. അവൾ ഉറുമ്പിനെ ഇടതു കൈയുടെ രണ്ടു വിരലുകൾക്കിടയിൽവെച്ചു ഞെരിച്ചമർത്തി.

"എല്ലാ ശരീരവും നിനക്കുള്ള തീറ്റയോ, ശ്വാസം നിലച്ചിട്ട്." പായൽ പതുക്കെ പറഞ്ഞു.

ഈ പിറുപിറുപ്പു കേട്ടുകൊണ്ടാണ് നിർമ്മൽ വർമ്മ കണ്ണുകൾ തുറ ന്നത്.

"എന്താ നിർമ്മൽ നമുക്കു തുടങ്ങിയാലോ?" പായൽ

"പ്രിവ്യൂ?"

"യെസ്."

കസേരയിൽ നിർമ്മൽ ഒന്നിളകിയിരുന്നു.

എന്താവും ഇവൾ മാസങ്ങളെടുത്തു ഷൂട്ട് ചെയ്തിട്ടുണ്ടാകുക. ഹേമന്ത് അതേക്കുറിച്ച് ഒരു സായാഹ്നത്തിൽ പറഞ്ഞത് നിർമ്മൽ ഓർത്തു.

"പായലിന്റേത് എല്ലാ അർത്ഥത്തിലും എക്സ്ക്ലൂസീവ് സ്വഭാവമുള്ള ഒരു സ്റ്റോറിയായിരിക്കും. It will be a big break."

എന്താണ് അവൾ ഇത്തവണ തെരഞ്ഞെടുത്തിരിക്കുന്ന വിഷയ മെന്നു ചോദിക്കാൻ തോന്നിയില്ല. കാഴ്ചയുടെ രസം നഷ്ടപ്പെടാതിരി ക്കണമെങ്കിൽ ഓരോ എപ്പിസോഡിലും എന്തെങ്കിലുമൊക്കെ നിഗൂഢത കൾ ഒളിച്ചിരിപ്പുണ്ടാകണം. അതില്ലാതായാൽ പ്രിവ്യൂ നടത്തുമ്പോഴും പിന്നീട് സംപ്രേഷണവേളയിൽ പ്രേക്ഷകരും അസ്വസ്ഥരാകും. പ്രിവ്യൂ ടൈം നിശ്ചയിക്കാനുള്ള അപേക്ഷയിൽ വിഷയം എന്നതിനുനേരെ ശൂന്യത കാണുമ്പോഴാണ് മനസ്സിൽ ഒരു ഉണർവ്വ് തോന്നുക. എന്തു പ്രോഗ്രാമാണ് കാണാൻ പോകുന്നതെന്നറിയുന്നതോടെ പിന്നീടുള്ള അര മണിക്കൂറിന്റെ രസച്ചരടാണ് മുറിയുക. സത്യത്തിൽ ജിജ്ഞാസയുള്ള നിമിഷങ്ങളാണു ഭാവിയിൽ നല്ല ഓർമ്മകൾ നല്കുന്നതെന്ന് നിർമ്മലിനു തോന്നി. ജനനം മുതൽ മരണംവരെയുള്ള കാര്യങ്ങൾ ഓർക്കേണ്ടി വന്നാൽ തന്റെ മനസ്സിനെ മുൾമുനയിൽ നിർത്തിയ സംഭവങ്ങളും നിമി ഷങ്ങളുമാണ് ആദ്യം മനസ്സിലേക്ക് ഓടിയെത്തുക.

നിർമ്മൽ മോണിറ്ററിലേക്കു നോക്കിയിരുന്നു.

പായൽ പ്ലേ ചെയ്തു.

പ്ലേയർ കാസെറ്റിനെ തഴുകി സുഖസുഷുപ്തി നിറഞ്ഞ ഉൾപ്പിരിവു കളിലേക്കു ക്ഷണിച്ചുകൊണ്ടുപോയി. ചെറിയ ചില ഞരക്കങ്ങൾ. മുള ലുകൾ. യന്ത്രത്തിനകത്തു ദൃശ്യങ്ങളുടെ പെരുങ്കളിയാട്ടം. ശീതം നിറഞ്ഞ മുറിയുടെ ഒത്ത മധ്യത്തിൽ നീലനിറമുള്ള കസേരയിൽ നിർമ്മൽ വർമ്മ എന്ന ക്രിയേറ്റീവ് എക്സിക്യൂട്ടീവിന്റെ പതിഞ്ഞ ശ്വാസം പായൽ ശ്രദ്ധിച്ചു. മങ്ങിയ വെളിച്ചത്തിൽ ചുവന്ന കസേരയിൽ പായൽ തന്റെ സ്വരത്തിനായി കാത്തിരുന്നു. നിർമ്മൽ വർമ്മ ജിജ്ഞാസയുടെ മുനമ്പിൽ തണുത്തിരിക്കുകയാണ്.

സ്ക്രീനിൽ രണ്ട് സ്പോട്ട്ലൈറ്റുകൾ മാത്രം. ആ ദൃശ്യം ഏഴെട്ടു സെക്കന്റ് സസ്റ്റയിൻ ചെയ്തു. വളരെ പതുക്കെ ഫെയ്ഡ് ഔട്ടായ വൃത്ത പ്രകാശം. ഇരുട്ടിലൂടെ രണ്ടു നിഴലുകൾ ഇരുവശങ്ങളിലൂടെ ഫ്രെയിമിന്റെ മധ്യഭാഗത്തേക്കു നടന്നുവന്നു. സ്ക്രീനിലേക്കു പ്രഭാതകിരണംപോലെ പ്രകാശമെത്തി. നടന്നുവന്ന നിഴലുകൾ മാറിടം ചേർത്തു. ചുണ്ടുകൾ 'ഋ' എന്ന അക്ഷരംപോലെ രൂപാന്തരപ്പെട്ടു. ഇവിടെ പായലിന്റെ ശബ്ദം ആരംഭിച്ചു:

"....ഇവർ പ്രണയികളാണ്. ആകാശത്തിന്റെ ചുവട്ടിൽ, ഈ അരളിമ യിൽ അവർ സ്പർശത്തിന്റെയും സാന്നിദ്ധ്യത്തിന്റെയും ചുടും ചൂരുമ റിയുന്നു. പങ്കുവയ്ക്കാൻ എന്തൊക്കെയോ വീർപ്പുമുട്ടലുകൾ ഇവരിൽ

ബാക്കിയാണ്. എപ്പോഴും പ്രകൃതിയുടെ ശാസനകളെ ശിരസ്സാവഹിക്കു
ന്നവരല്ല ഇവരെന്നു പൊതുജീവിതം വിധിയെഴുതുന്നു. സ്ത്രീ-പുരുഷ
സംഗമത്തിലൂടെ തലമുറകളെ നിലനിർത്താൻ പ്രകൃതി നിശ്ചയിച്ചിട്ടു
ണ്ടാകാം. പക്ഷേ, ഇവർ തലമുറകളെപ്പറ്റി ആകുലപ്പെടുന്നവരല്ല. സ്നേഹ
ത്തിന്റെ നൗകയിൽ അങ്ങനെ സഞ്ചരിക്കുന്നവരാണ് ഇവർ. അതെ,
സ്വവർഗ്ഗാനുരാഗികൾ എന്ന് ചിലർ പരിഹസിക്കാറുള്ള ഇവരുടെ ജൈവ
ശാസ്ത്രപരമായ സവിശേഷതകൾ ആരും അന്വേഷിക്കാറില്ല. അതാണ്
ഇവരെ സമൂഹം അശുദ്ധർ, പ്രകൃതിവിരുദ്ധർ എന്നൊക്കെ വിധിച്ച് അക
റ്റുന്നത്..."

പതുക്കെ സംഗീതത്തിന്റെ പതിഞ്ഞ അകമ്പടി.

നിശ്ശബ്ദത.

ഹോമോസെക്ഷ്വൽസിന്റെ മാനസികാപഗ്രഥനം നടത്തുന്ന മനഃശാ
സ്ത്രജ്ഞയായ ഡോ. സോനു നടരാജൻ.

സാമൂഹ്യശാസ്ത്ര വിശകലനം സോഷ്യോളജിസ്റ്റായ ഡോ. ആശിഷ്
ഗുപ്ത.

നിർമ്മൽ വർമ്മ പായലിന്റെ മുഖത്തേക്കു നോക്കി. അരണ്ടവെളിച്ച
ത്തിൽ മോണിറ്ററിലേക്കു മാത്രം നോക്കി അവൾ ഇരുന്നു. അവളുടെ
ശ്വാസവേഗം വർദ്ധിച്ചിരിക്കുന്നതായി നിർമ്മലിനു തോന്നി.

ദൃശ്യം മാറിവന്നു. വ്യത്യസ്തമായ ഇളംനീല നിറം പശ്ചാത്തലത്തിൽ
വീണ്ടും. രണ്ടു നിഴലുകൾ ഫ്രെയിമിലേക്കു കടന്നുവന്നു. മഞ്ഞിന്റെ
സുതാര്യതയും തണുപ്പും അവരുടെ ശരീരങ്ങളെ ആവരണം ചെയ്തിട്ടു
ണ്ടായിരുന്നു. അവർ ആലിംഗനബദ്ധരായി കടപുഴകിവീണ ഒരു മരക്കൊ
മ്പിൽ അടുത്തടുത്തായി ഇരുന്നു. സംഗീതത്തിനൊപ്പം അവർ കൂടുതൽ
കൂടുതൽ അടുത്തുകൊണ്ടിരുന്നു.

പിന്നെ ശരീരത്തിന്റെ വിവസ്ത്രതയിൽ, അവർ പ്രണയബദ്ധരായി.

ആകാശത്തുനിന്നും നക്ഷത്രവടിവൊത്ത പൂക്കൾ അവർക്കുമേൽ
കൊഴിഞ്ഞുവീണു.

ഓരോ പൂവിന്റെ സ്പർശത്തിലും അവർ കെട്ടിവരിഞ്ഞു. പുളകോ
ദ്ഗമകാരികളായ പൂവുകൾ പല നിറത്തിൽ, പല മണത്തിൽ.

പായലിന്റെ വോയ്സിനുമുമ്പ് നഗ്നശരീരങ്ങൾ മരക്കൊമ്പിനരികെ
നിന്നും വിദൂരതയിലേക്ക് ഓടാൻ തുടങ്ങി. അവരുടെ ചിരിയും അടക്കി
പ്പിടിച്ചുള്ള സംഭാഷണവും സംഗീതത്തിൽ അലിഞ്ഞലിഞ്ഞ് ഇല്ലാതായി.
മഞ്ഞ് അവരുടെമേൽ ഒരു പുതപ്പുകണക്കെ പെയ്തുനിറഞ്ഞു.

"...അതെ. ഇത്രനേരവും നാം കണ്ട കാഴ്ചകൾ സ്വവർഗ്ഗാനുരാഗിക
ളുടേതാണ്. പ്രണയം അതു സാദ്ധ്യമാകുന്നതെവിടെയെന്ന് ആർക്കും
നിർവ്വചിക്കാനാവില്ല. പ്രണയത്തിന്റെ അസിധാരയിലൂടെ ഓരോ ജീവി
തവും സഞ്ചരിക്കാൻ ആഗ്രഹിക്കുന്നുണ്ട്. എന്നാൽ അതിനെ പലവിധ
അതിരുകളാൽ നാം വേർതിരിച്ചു നിർത്തുന്നു.

എല്ലാ അതിരുകളെയും ഭേദിച്ചു മുന്നേറുന്ന പ്രണയമാണ് ഇവരു

ടേത്. നിങ്ങൾകണ്ട ഈ ശരീരങ്ങളുടേത്!"

പായൽ കസേരയിൽ നിന്നെണീറ്റു. നിർമ്മൽ വർമ്മയാകട്ടെ ഈ സമയം തന്റെ മനസ്സിൽ ഇരച്ചുപൊന്തിയ വേലിയേറ്റത്തെ എങ്ങനെ ശമിപ്പിക്കും എന്ന ആലോചനയിൽ അകപ്പെട്ടു.

തണുത്ത വിരലുകൾകൊണ്ടു പായൽ നിർമ്മൽ വർമ്മയുടെ കഴുത്തിൽ തൊട്ടു. പിന്നെ മുറുകിയ ടീഷർട്ട് മേലേക്കുയർത്തി അവൾ തന്റെ മുലകൾ നിർമ്മലിന്റെ മുഖത്തേക്ക് അമർത്തി.

കസേരയിൽനിന്നും ചുവന്ന കാർപ്പറ്റിലേക്കിറങ്ങിക്കിടന്ന നിർമ്മൽ പായലിന്റെ തണുത്ത ശരീരത്തേക്ക് അമർന്നു കിടന്നു. ശൈത്യം നിറഞ്ഞ അവളുടെ ശരീരത്തുനിന്നും ഒരു ചുഴലി പുറപ്പെടുന്നതായി നിർമ്മൽ വർമ്മയ്ക്കു തോന്നി.

അവർ ആകാശത്തോളമുയരുകയും ഭൂമിയുടെ വേരുകളിൽ തൊട്ട ശേഷം ശൈത്യം നിറഞ്ഞ മുറിയിലേക്കു തിരിച്ചെത്തുകയും ചെയ്തു.

പായൽ കണ്ണുകൾ തുറക്കുമ്പോൾ മോണിറ്ററിൽ തന്റെ പേര് തെളിഞ്ഞു നില്ക്കുന്നതാണു കണ്ടത്. അതിനു താഴെ സ്ക്രിപ്റ്റ്, ഡയറക്ഷൻ, ക്യാമറ, വോയ്സ് & എഡിറ്റിങ് എന്നിങ്ങനെ ചെറിയ അക്ഷരങ്ങൾ. അതിൽ നോക്കിക്കിടന്ന പായൽ നിർമ്മലിന്റെ ചുടുപിടിച്ച മുഖം അരക്കെട്ടിൽനിന്നും പതുക്കെ പിടിച്ചുയർത്തി.

പായൽ വസ്ത്രം ധരിച്ചു പുറത്തേക്കിറങ്ങി.

നിർമ്മൽ പ്രിവ്യൂ സ്റ്റുഡിയോയുടെ മദ്ധ്യത്ത് തന്റെ കസേരയിൽ പായൽ വീണ്ടും പുതിയ പ്രോഗ്രാമിന്റെ പ്രിവ്യൂവിനു വരുന്നതും കാത്തു കണ്ണുകളടച്ച് അങ്ങനെ ഇരുന്നു.

പുറത്ത്,

പായലിന്റെ സ്കൂട്ടിപെപ്പ് സ്റ്റാർട്ടാകുന്നതും, ഗതാഗതത്തിലേക്കിറ ങ്ങുന്നതുമൊക്കെ കേൾക്കുന്നുണ്ടായിരുന്നെങ്കിലും നിർമ്മൽ കണ്ണുകൾ തുറന്നില്ല.

അഥവാ കണ്ണുകൾ തുറക്കണമെന്ന് നിർമ്മൽ വർമ്മയക്ക് തോന്നിയില്ല.

"നിന്റെ മെല്ലിച്ച ഈ ശരീരത്തുനിന്നാണോ ഇത്രയും തീവ്രവും അഗാധവുമായ ചുഴലി പുറപ്പെടുന്നത്."

നിർമ്മൽ വർമ്മയുടെ ശരീരത്തിനുള്ളിൽ ഒരു കാറ്റ് കുരുങ്ങിമറിഞ്ഞു.
(സമകാലിക മലയാളം)

ഭഗ്നഭവനം

ഏഴാമത്തെ വീട്ടിൽനിന്നും എട്ടാമത്തെ വീട്ടിലേക്ക് അച്യുതൻ കുട്ടിയും കുടുംബവും താമസം മാറി. രണ്ടുവർഷത്തിനിടയിൽ എട്ടു വീടു മാറ്റങ്ങൾ നടത്തിയ വകയിൽ നല്ലൊരു തുക കയറ്റിറക്കുകൂലി, നോക്കു കൂലി – ടി വകകളിൽ അച്യുതൻകുട്ടിക്കു ചെലവിടേണ്ടിവന്നു. പാങ്ങ പ്പാറയിലെ വീട്ടിലേക്ക് ഭാര്യ നിലവിളക്കു കൊളുത്തി വലതുകാൽവെച്ച് കയറുമ്പോൾ സഹപ്രവർത്തകനും സുഹൃത്തുമായ തോമസ് ഫിലിപ്പ് ഇടപെട്ടു. (യു ഡി സി യായ ടിയാൻ അല്ലറ ചില്ലറ ഇടനിലപ്പണികളിലും വ്യാപൃതനാണ്).

"എന്റെ അച്യുതൻകുട്ടീ, തന്റെ മക്കൾടെ കലാപ്രവർത്തനം ഇവിടേം തുടർന്നാൽ സംഗതി പുലിവാലാകും. ഈ വീടിന്റെ ഓണർ പരമ ബോറാനാ. ചുവരിലെങ്ങാനും ഒരു വര വീഴുകയോ, ജനാലച്ചില്ല് പൊട്ടു കയോ ചെയ്താൽ യാതൊരു മുന്നറിയിപ്പുമില്ലാതെ ഒരുദിവസത്തെ കാലാ വധികൊണ്ട് താമസം മാറണമെന്ന് അയാൾ ആവശ്യപ്പെടും. എഗ്രി മെന്റിൽ അതു വ്യക്തമായി എഴുതിച്ചേർത്തിട്ടുള്ളതാണ്. അതു മറക്കണ്ട!"

അച്യുതൻകുട്ടി മക്കളെ നോക്കി. രണ്ടുപേരും പതിവിലേറെ മര്യാദ രാമന്മാരായിട്ടുണ്ട്. ഇങ്ങോട്ടു പുറപ്പെടുംമുമ്പ് ഭാര്യ താണുകേണു പറ ഞ്ഞത് അവന്മാർക്ക് മനസ്സിലായിട്ടുണ്ടാകും, ഈ വീടുമാറ്റത്തിന്റെ യൊക്കെ കാരണക്കാർ തങ്ങളാണെന്ന്. എന്തുതന്നെയായാലും ഈ വീട് കേടുപാടുകളൊന്നുമില്ലാതെ സൂക്ഷിച്ചില്ലെങ്കിൽ വല്ല കടത്തിണ്ണയിലു മായിരിക്കും താമസമെന്ന് മക്കൾക്കു മനസ്സിലായിട്ടുണ്ടാകണം. ഒമ്പതു വയസ്സുമാത്രമേയുള്ളൂ അവർക്ക്. ഇരട്ടകളായതുകൊണ്ട് ഒരാൾ കരിക്ക ട്ടകൊണ്ട് ഒരു ചുമരിൽ ആനയെ വരച്ചാൽ മറ്റവൻ തൊട്ടടുത്ത ചുമരിൽ അതേ ആനയെ വരയ്ക്കും. ഒരുവൻ സിംഹവാലൻ കുരങ്ങനെ വരച്ചാൽ മറ്റവനും അതേ സിംഹവാലൻ കുരങ്ങനെ വരയ്ക്കും. ചില മോസ്റ്റ്

മോഡേൺ ചിത്രങ്ങളെ അനുസ്മരിപ്പിക്കുന്നതെന്തെങ്കിലും ഒരുവൻ രചി ച്ചാൽ മറ്റവനും അതേ സാധനം തൊട്ടടുത്ത ചുമരിൽ വരച്ചിട്ടേ സർഗ്ഗാ ത്മക പ്രവർത്തനം അവസാനിപ്പിക്കൂ. ഒരാൾ അറിഞ്ഞോ അറിയാതെയോ ഒരു ജനാലച്ചില്ല് എറിഞ്ഞുടച്ചെന്നു കരുതുക. തൽക്ഷണം തൊട്ടടുത്ത ജനാലച്ചില്ലും ഉടഞ്ഞു ചിതറിയിരിക്കും.

വീട്ടുടമസ്ഥൻ ഉച്ചച്ചൂടു സഹിക്കാനാവാതെ മുറ്റത്തേക്കിറങ്ങിയ നേര ത്താണ് അവസാനം ഇരട്ടകൾ എട്ടാമത്തെ വീട്ടുമാറ്റത്തിനുള്ള കുഴികു ത്തിയത്.

വീടിന്റെ താക്കോൽ കൈമാറുന്ന നേരത്ത് പത്മനാഭൻ തമ്പി എന്ന റിട്ടയേർഡ് തഹസീൽദാർക്ക് ഒരൊറ്റ ഡിമാന്റേ ഉണ്ടായിരുന്നുള്ളൂ:

"തോമസ് ഫിലിപ്പ് മഹാ അർക്കീസാ. അവൻ ഒന്നു രണ്ടു മാസത്തെ വാടകയാ ബ്രോക്കർ ഫീസായി ഈടാക്കുന്നത്. വീട്ടുടമയുടെ കൈയിൽ നിന്ന് ഒരു മാസത്തെ കാശും. ഇതു രണ്ടും എന്റടുത്ത് നടക്കില്ല."

"അല്ല, പത്രപ്രസ്യം കണ്ടിട്ടാണല്ലോ ഞാൻ തമ്പിസാറിനെ വിളി ച്ചത്. ഇതിനിടയിൽ തോമസ് ഫിലിപ്പിന് യാതൊരു റോളുമില്ല."

അച്യുതൻകുട്ടി പറഞ്ഞു.

"ശരിയാണ്. അതുകൊണ്ടാണല്ലോ തന്നോട് നേരിട്ടുവരാനും വീടു കാണാനും ഞാൻ പറഞ്ഞത്."

തമ്പി കുലീനമായൊന്നു ചിരിച്ചശേഷം വീട്ടുടമയുടെ ന്യായമായ അവകാശങ്ങളെക്കുറിച്ച് ഇങ്ങനെ വിശദമാക്കി:

"ഞാനും എന്റെ ഭാര്യ സുഭദ്ര തങ്കച്ചീം മാത്രമാണ് ഒന്നാം നിലയി ലുള്ളത്. മക്കൾ നാലു പേരും ദുബായ്, ബഹ്റിൻ, സിംഗപ്പൂർ, ലിബിയ എന്നീ ദേശങ്ങളിലാണ്. അവർ ഇടയ്ക്കൊക്കെ വിളിക്കും. ഒന്നോ രണ്ടോ ആണ്ടുകൂടുമ്പം വരും."

കുടുംബപുരാണം പറയുമോ തമ്പി. ഈ ചിന്തയിൽ ചിന്നനായി നിന്ന അച്യുതൻകുട്ടിയെ നോക്കി സുഭദ്ര തങ്കച്ചി ഇടയിൽ കയറി പറഞ്ഞു:

"അല്ല, നിങ്ങളെന്തിനാ മുട്ടുന്നതും മുളയ്ക്കുന്നതുമൊക്കെ അച്യു തൻ കുട്ടിയോടു പറേന്നേ. വീടു കണ്ട് ഇഷ്ടപ്പെട്ടെങ്കിൽ അത് കേൾക്കുക. ബാക്കി കാര്യങ്ങൾ വിശദമായി പറഞ്ഞ് പകിടിവാങ്ങി താക്കോലങ്ങോട്ട് കൊട്. അയാൾ പോയി ഭാര്യം പിള്ളാരേം കൂട്ടി വരട്ടെ."

തങ്കച്ചി പറഞ്ഞത് അക്ഷരംപ്രതി അനുസരിക്കുന്ന കാര്യത്തിൽ ന്യൂനതകൾ തെല്ലുമില്ലാത്ത പത്മനാഭൻ തമ്പി തുടർന്നു:

"വീട് പിടിച്ചോ?"

"പിടിച്ചു." അച്യുതൻകുട്ടി.

"കക്കൂസും കുളിമുറീം അടുക്കളേമൊക്കെ ഇഷ്ടപ്പെട്ടോ?" തമ്പി.

"ഇഷ്ടപ്പെട്ടു." അച്യുതൻകുട്ടി.

"ഭാര്യയെ ഒന്നു കാണിക്കണ്ടേ?" തങ്കച്ചി.

"വേണ്ട. എന്റെ കണ്ണിലൂടെയാ അവൾ ഈ ലോകം കാണുന്നെ."
ഇറിഗേഷൻ ഡിപ്പാർട്ട്മെന്റിൽ യു ഡി ക്ലാർക്കായ അച്യുതൻകുട്ടി പറ
ഞ്ഞതിന്റെ ആന്തരാർത്ഥം തങ്കച്ചിക്കോ തമ്പിക്കോ മനസ്സിലായില്ല.

തമ്പി ഒന്നാം നിലയിലെ സന്ദർശകമുറിയിൽ തൂക്കിയിരുന്ന ഒരു
ഫോട്ടോയ്ക്കു താഴെ ചുവടുറപ്പിച്ചിരുന്ന ആണിയിൽനിന്നും ഒരു ആന
ക്കൊമ്പിന്റെ ആകൃതിയിലുള്ള കീച്ചെയിനെടുത്ത് അച്യുതൻകുട്ടിക്കു
നേരെ നീട്ടി.

തിരികെ സ്കൂട്ടറിനരികിലേക്കു നടക്കുമ്പോൾ അച്യുതൻകുട്ടി
ക്കൊപ്പം പത്മനാഭൻ തമ്പിയും ഗേറ്റുവരെ നടന്നു. കൂടെ സുഭദ്ര തങ്ക
ച്ചിയും.

"വേറെന്തെങ്കിലും ഞാൻ ചെയ്യേണ്ടതുണ്ടോ?"
ഒരു മര്യാദക്കാരനെന്ന ഖ്യാതി നേടാനായി അച്യുതൻകുട്ടി സ്കൂട്ടർ
സ്റ്റാർട്ടാക്കും മുമ്പ് തമ്പിയോടു ചോദിച്ചു.

"ഞങ്ങൾക്ക് രണ്ടുപേർക്കും വയസ്സായി. രാത്രിനേരത്ത് എത്ര കണ്ണ
ടച്ചു കിടന്നാലും ഒറക്കം വരില്ല. കള്ളമ്മാരെ പേടിച്ച് ഉരുണ്ടും മറിഞ്ഞും
കിടന്നു നേരം വെളുപ്പിക്കാറാണ് പതിവ്. അകത്തൊന്നും കാര്യമായിട്ടി
ല്ലെങ്കിലും നാല് മക്കളും വിദേശത്താണെന്നല്ലേ പുറംപറച്ചിൽ. എന്തെ
ങ്കിലുമൊക്കെ കാണുമെന്നു കരുതി വല്ല തിരുട്ടുഗ്രാമക്കാരും അകത്തു
കേറിയാലോ എന്നാപേടി. ആദ്യം പേടി തങ്കച്ചിക്കു മാത്രമേ ഉണ്ടായിരു
ന്നുള്ളൂ. ഇപ്പോൾ എനിക്കും ആ പേടി പകർന്നു." പത്മനാഭൻ തമ്പി
ചുറ്റും നോക്കി.

"ഉച്ച കഴിയുമ്പോൾ ഒന്നോ രണ്ടോ മണിക്കൂർ ഒരുറക്കം. അതാണ്
ഞങ്ങളുടെ ശീലം. ആ നേരത്ത് അധികം ശബ്ദോം ബഹളോമൊന്നും
മുകൾ നിലയിൽ നിന്നുണ്ടാകാതെ നോക്കിയാൽ നന്നായിരുന്നു."

അച്യുതൻകുട്ടി രണ്ടാമതൊന്ന് ആലോചിക്കാതെ തമ്പിയുടെ
ആവശ്യം അംഗീകരിച്ചു.

"ഇല്ല തമ്പിസാറേ, പകലൊരു ശബ്ദോം ബഹളോം മേലെനിന്ന്
കേൾക്കില്ല. രാവിലെ എട്ടു മണിക്ക് പിള്ളാര് പോയാൽ അഞ്ചു മണിക്കേ
മടങ്ങിവരൂ."

അങ്ങനെ പത്മനാഭൻ തമ്പിയുടെ കൊട്ടാരസദൃശമായ ആ വീട്
വെറും ആയിരത്തി എണ്ണൂറ്റമ്പതു രൂപ (തമ്പി ചോദിച്ചത് 2500 രൂപ
ബാർഗെയിൻ ചെയ്തു ചെയ്ത് അത് 1850 രൂപയാക്കി കുറച്ചു തരപ്പെ
ടുത്തി) യ്ക്ക് അച്യുതൻകുട്ടി സ്വന്തമാക്കി.

തമ്പിയും തങ്കച്ചിയും മാത്രമായ ഒരു വലിയ വീട്. രാത്രി നേരങ്ങ
ളിൽ ഏകാന്തതയുടെ ഒരു മഹാസമുദ്രം അവിടമാകെ പെരുകുന്നതായി
നിരന്തരം തോന്നിയതുകൊണ്ടും അത് ഭയത്തിന്റെ കൊമ്പുകൾ തുരു
തുരെ മുറിച്ചിടാൻ തുടങ്ങിയതുകൊണ്ടും മാത്രമാണ് വാടകക്കാരെ താമ
സിപ്പിക്കാം എന്ന് പത്മനാഭൻ തമ്പിയും തങ്കച്ചിയും ചേർന്നു തീരുമാനിച്ചത്.

സാധനങ്ങൾ ഏണിക്കരയിൽനിന്നും പാങ്ങപ്പാറയിലെത്തിച്ചത് പെട്ടി

ഓട്ടോറിക്ഷയിലാണ്. അച്യുതൻകുട്ടിയും ഭാര്യ രേണുകയും ഓട്ടോറിക്ഷാ
ഡ്രൈവറും ചേർന്ന് സാധനങ്ങൾ ഇറക്കിവെക്കുമ്പോൾ പത്മനാഭൻ
തമ്പിയും ഭാര്യയും അവരാലാവുന്ന ചില സഹായങ്ങൾ ചെയ്തുകൊടു
ക്കാൻ മറന്നില്ല. സാധനങ്ങളെല്ലാം അകത്തേക്കു കയറ്റിക്കഴിഞ്ഞപ്പോ
ഴാണ് ചിലർ മുണ്ടുമടക്കിക്കുത്തി തലയിൽ കെട്ടഴിച്ചു വീശി അകത്തേക്കു
കടന്നുവന്നത്. ജംഗമ വസ്തുക്കൾ കയറ്റിയതിൽ അവർക്കു പരിഭവമില്ല.
പക്ഷേ, കയറ്റിറക്കുകൂലി കൃത്യമായി കിട്ടണം. തർക്കങ്ങൾക്കൊടുവിൽ
ഗത്യന്തരമില്ലാതെ അച്യുതൻകുട്ടി നല്കിയ 1800 രൂപയുമായി അവർ
പടികടന്നുപോയി.

പത്മനാഭൻ തമ്പിയുടെ വീട്ടിൽനിന്നും നാലു ദിവസം തികയുംമുമ്പ്
അച്യുതൻകുട്ടിക്ക് താമസം മാറേണ്ടിവന്നു. മുകൾനിലയിൽനിന്നും ഒരു
തേങ്ങ ആദ്യം തമ്പിയുടെ തലയ്ക്കു നേരെ എറിഞ്ഞത് ഇരട്ടകളിൽ രണ്ടാ
മനാണ്. അത് ദൈവഹിതം കൊണ്ട് തമ്പിയുടെ തലയിൽ പതിച്ചില്ല.
ഇരട്ടകളിൽ ഒന്നാമൻ പൊതിക്കാത്ത തേങ്ങ അടുക്കളയിൽ ലഭിക്കാതി
രുന്നതിനാൽ പൊതിച്ചൊരു തേങ്ങകൊണ്ട് തൊട്ടുപിന്നാലെ തമ്പിയുടെ
തല ലക്ഷ്യമാക്കി എറിഞ്ഞു. ആയുസ്സിന്റെ ദൈർഘ്യംകൊണ്ടു പൊതിച്ച
തേങ്ങ തമ്പിയുടെ കൈപ്പൊറത്താണ് ചെന്നുകൊണ്ടത്. കാര്യം ഗ്രഹിച്ച
പത്മനാഭൻ തമ്പി അന്നുതന്നെ അഡ്വാൻസ് തിരികെ നല്കി. എന്നിട്ട്
ഇത്രയുംകൂടി പറഞ്ഞു:

"അച്യുതൻകുട്ടീ, വേറൊന്നും വിചാരിക്കരുത്. നാലു ദിവസത്തി
നിടെ തന്റെ മക്കൾ പലതവണ എന്നെയും എന്റെ ഭാര്യയെയും അപായ
പ്പെടുത്താൻ ശ്രമിച്ചതാണ്. അതെങ്ങനെയൊക്കെയാണെന്ന് യഥാസമയം
ഞാൻ നിങ്ങളെ അറിയിച്ചിട്ടുള്ളതുമാണ്. എന്നാൽ ഇരട്ടകളായ മക്കളെ
നിയന്ത്രിക്കുന്നതിനോ ശകാരിച്ചൊതുക്കുന്നതിനോ പിതാവെന്ന നിലയിൽ
നിങ്ങൾക്കും മാതാവെന്ന നിലയിൽ നിങ്ങളുടെ ഭാര്യക്കും സാധിച്ചിട്ടില്ല.
ഇനി നിങ്ങൾ മുകൾനിലയിൽ താമസം തുടർന്നാൽ അപമൃത്യുവാകും
ഞങ്ങളുടെ വിധി. ദയവുചെയ്ത് എത്രയുംവേഗം വീടൊഴിയണം. കഴി
യുമെങ്കിൽ ഇന്നുതന്നെ."

അങ്ങനെ അച്യുതൻകുട്ടിയും കുടുംബവും പാങ്ങപ്പാറയിലെ പത്മ
നാഭൻ തമ്പിയുടെ നാലു മുറിയുള്ള ഗംഭീരഗൃഹത്തിൽനിന്നും തച്ചോട്ടു
കാവിലെത്തി. അവിടെ ഒറ്റമുറിയുള്ള വീടാണ് തോമസ് ഫിലിപ്പ് ഏർപ്പാ
ടാക്കിയത്. അതും റിട്ടയേർഡ് എക്സൈസ് ഇൻസ്പെക്ടർ ഉമ്മൻ തോമ
സിന്റെ വീട്. തൊട്ടുത്തുതന്നെയാണ് വീട്ടുടമയുടെ വാസം. മൂവായിരം
രൂപ മാസവാടകയിൽ വീടു നല്കുമ്പോൾ ഉമ്മൻതോമസ് കർശനമായി
പറഞ്ഞു:

"എഗ്രിമെന്റിൽ ഒരുമാസത്തെ നോട്ടീസ് പീരിയഡ് വെച്ചിട്ടുണ്ടെന്നത്
നേര്. പക്ഷേ, എമ്പോക്കിത്തരം എന്നോടു കാണിച്ചാൽ കഴുത്തിനുപിടിച്ച്
ഞാൻ പുറത്താക്കും. അതു മറക്കണ്ട!"

കൃത്യം ഇരുപത്തൊമ്പതാമത്തെ ദിവസം ഉമ്മൻ തോമസ് വന്ന്

വാതിലിൽ മുട്ടി.

"നോക്ക് അച്യുതൻകുട്ടി, നാളെ മുപ്പത്. മറ്റന്നാൾ മുപ്പത്തൊന്ന്. അന്നു രാത്രിക്കുമുമ്പ് വീടൊഴിയണം."

രോഷംകൊണ്ടാണ് ഉമ്മൻതോമസ് ഇങ്ങനെ പറഞ്ഞത്.

എന്താണ് കാര്യം എന്ന് അച്യുതൻകുട്ടി ചോദിച്ചില്ല. തോമസ് ഫിലിപ്പാണ് ഉമ്മൻ തോമസിന്റെ കലികാരണം അച്യുതൻകുട്ടിയോട് പറ ഞ്ഞത്.

"എടോ അച്യുതൻകുട്ടി, താൻ ആ വീടിന്റെ രണ്ടുവശത്തേം ചുമരു കൾ ശ്രദ്ധിച്ചോ. അവിടമാകെ അശ്ലീലച്ചുവയുള്ള ചിത്രങ്ങൾ എത്രയെ ണ്ണമാ തന്റെ മക്കൾ മത്സരിച്ചു വരച്ചിട്ടിരിക്കുന്നത്. ആണും പെണ്ണും തമ്മിൽ ഇണചേരുന്നത് സഹിക്കാം. ആണും ആണും തമ്മിലും പെണ്ണും പെണ്ണും തമ്മിലും ഭോഗിക്കുന്ന എത്രയെത്ര ചിത്രങ്ങളാണെന്നറിയാമോ തന്റെ മക്കൾ വരച്ചിട്ടിരിക്കുന്നത്. അത് ആദ്യം കണ്ടത് ഉമ്മൻ തോമ സിന്റെ ഭാര്യയാണ്. അവർ വീടിന്റെ പിന്നിലെ വാഴക്കുല മുറിക്കാൻ വന്ന പ്പോഴായിരുന്നു ആ കാഴ്ച കണ്ണിൽപ്പെട്ടത്. മകൾ അത് കണ്ടതോടെ ഉമ്മൻ തോമസിന്റെ സർവ്വനിയന്ത്രണവും തെറ്റുകയായിരുന്നു."

"എന്താണൊരു പോംവഴി?" അച്യുതൻകുട്ടി ചോദിച്ചു.

"പെരുവഴി. അല്ലാതൊരുവഴിയും എന്റെ മനസ്സിൽ വന്നു തെളിയു ന്നില്ല. തനിക്കിനി വീട് നല്കാൻ വകതിരിവുള്ള ആരെങ്കിലും ഈ നഗര ത്തിൽ ഒരുങ്ങുമെന്നു തോന്നുന്നില്ല. തല്ലൊഴിച്ച് ബാക്കിയൊക്കെ ആ വക യിൽ എനിക്കു കിട്ടിക്കഴിഞ്ഞു."

ഇത്രയും പറഞ്ഞ് യാതൊരു ദാക്ഷിണ്യവുമില്ലാതെ ഉമ്മൻ തോമ സിനു നല്കിയ അഡ്വാൻസും തിരികെ നല്കി തോമസ് ഫിലിപ്പ് തന്റെ സ്കൂട്ടറിൽ ഇരുട്ടിലേക്കു മറഞ്ഞു. തച്ചോട്ടുകാവിൽനിന്നും തന്റെ പഴയ മാരുതി 800 ൽ ഭാര്യയെയും രണ്ടു മക്കളെയും കയറ്റി അച്യുതൻകുട്ടി നഗരത്തിലേക്കു പുറപ്പെട്ടു. കട്ടിൽ, മേശ, ടി വി, ഗ്യാസ് സിലിണ്ടർ, സ്റ്റൗ എന്നിവകൾ രണ്ടു നാൾക്കകം തിരിച്ചെടുത്തുകൊള്ളാം എന്ന് വാക്കു കൊടുത്ത് വീടിന്റെ കാർപോർച്ചിൽ നിക്ഷേപിച്ചശേഷം അച്യുതൻകുട്ടി ഉമ്മൻ തോമസിന്റെ വീട്ടിൽനിന്നും യാത്ര പറഞ്ഞിറങ്ങി.

പേയാട്, തിരുമല, പാങ്ങോട്, മിലിട്ടറി ക്യാമ്പ്, ഇടപ്പഴിഞ്ഞി, വഴുത ക്കാട് വഴി ബേക്കറി ജങ്ഷനിലേക്കും അവിടെനിന്നും പാളയം രക്ത സാക്ഷി മണ്ഡപത്തിലേക്കും തുടർന്ന് കുമാരനാശാന്റെ പ്രതിമയ്ക്കും യൂണിവേഴ്സിറ്റിക്കും മദ്ധ്യേയുള്ള പന്തലിച്ച മരച്ചുവട്ടിലേക്കും അച്യു തൻകുട്ടി യാത്ര തുടർന്നു. ഇത്രയും നേരം ഭാര്യ രേണുക ഒരക്ഷരം ഉരി യാടിയില്ല. മക്കൾ നകുലും സഹദേവും പലതവണ ദാഹിക്കുന്നു, വിശ ക്കുന്നു തുടങ്ങിയ പദങ്ങൾ ശബ്ദത്തിലും ശബ്ദം കുറച്ചും പറഞ്ഞു നോക്കി. അതൊന്നും രേണുക ഗൗനിച്ചില്ല. ഇടയ്ക്കുവെച്ച് 'മനുഷ്യ പുത്രന് തലചായ്ക്കാൻ മണ്ണിലിടമില്ല' എന്ന പാട്ടുകേട്ടപ്പോൾ അച്യു തൻകുട്ടി ഭാര്യ രേണുകയെ ഒന്നു നോക്കിയെങ്കിലും അതു കണ്ടതായി

രേണുക ഭാവിച്ചില്ല.

നാട്ടിൽ ഒരേക്കർ സ്ഥലത്ത് തറവാടുണ്ട്. അവിടെ നാലാം കൊലേം തല്ലി ചക്ക, മാങ്ങ, തേങ്ങ എന്നിവ വിളഞ്ഞുകിടക്കുകയാവും. തോട്ടു പുളി, പിഴുപുളി, വാഴ, ചേന, ചേമ്പ് തുടങ്ങിയവ വേറെയും. വീടൊന്ന് അടിച്ചു വാരിയിട്ട് മാസം രണ്ടുമൂന്നായി. അച്ഛൻ ഏകമകൾക്കുവേണ്ടി രാപ്പകൽ കഷ്ടപ്പെട്ടാണ് നാട്ടിലെ പുതുപ്പണക്കാർക്കിടയിൽ അത്ര മോശ മല്ലാത്ത ഒരുവീട് തറവാടിനരികെ പണിയിച്ചു നല്കിയത്. പക്ഷേ, പറ ഞ്ഞിട്ടെന്തു കാര്യം? പാലുകാച്ചിയതിനുശേഷം മനസ്സമാധാനമായി അവിടെ നാലുദിവസം കിടന്നുറങ്ങാനായിട്ടില്ല. പ്രസവം കഴിഞ്ഞ സമ യത്ത് താനും കുട്ടികളും അവിടെ നില്ക്കാമെന്ന് അച്യുതൻകുട്ടിയോട് പറഞ്ഞതാണ്. സമ്മതിച്ചില്ല. നഗരത്തിൽ വളർന്നാൽ കുട്ടികൾക്ക് കരു ത്തുകൂടുമെന്നായിരുന്നു അഭിജ്ഞമതം. അനുസരിക്കാതെ വയ്യല്ലോ.

ആദ്യത്തെ ആറേഴു വർഷം അത്ര കുഴപ്പമില്ലാതെ പോയി. രണ്ടു വർഷമായായാണ് പിള്ളേർ വീട്ടുടമകളെ പ്രകോപിപ്പിക്കാൻ തുടങ്ങിയത്. ഓരോ വീട്ടിലെത്തുമ്പോഴും രേണുക പ്രാർത്ഥിക്കും:

"പരദേവതമാരേ, ഇവിടെയെങ്കിലും ഇവന്മാർ കുഴപ്പമുണ്ടാക്കരുതേ."

അതുകൊണ്ടൊന്നും ഫലമുണ്ടായില്ല. രണ്ടു വർഷത്തിനിടയിൽ നിര വധി വീടുകൾ. ആലോചിക്കുമ്പോൾത്തന്നെ രേണുകയ്ക്ക് കൈ തരിക്കും. ഓരോ വീട്ടിലും ജംഗമസാധനങ്ങൾ അടുക്കിപ്പെറുക്കിവെച്ചു വരുമ്പോഴേക്കും വീട്ടുടമ പ്രത്യക്ഷനാകും. പിന്നെ വീടുമാറ്റത്തിനുള്ള ഒരുക്കം തുടങ്ങും.

അച്യുതൻകുട്ടി ഇരുട്ടുപടർന്ന മരച്ചുവട്ടിൽ കാർ നിർത്തി. തല് ക്കാലം ഏതെങ്കിലും ചെറിയൊരു ഹോട്ടലിൽ മുറിയെടുക്കാം. തോമസ് ഫിലിപ്പിനോട് അച്ചാപോട്ടി പറഞ്ഞ് വേറൊരു വീടുനോക്കാം. വീട്ടുടമ കൾ ദൂരസ്ഥലത്തുള്ളവരാണെങ്കിൽ ഇത്രയും നാൾ നേരിട്ട പ്രതിസന്ധി ഇല്ലാതാകും.

ഇങ്ങനെയൊക്കെ ആലോചിച്ച് അച്യുതൻകുട്ടി കാറിൽനിന്നിറങ്ങി.

"രേണുകേ, നീയും പിള്ളാരും വണ്ടിയേലിരിക്ക്. ഞാനൊരു മുറി വാടകയ്ക്കെടുത്തിട്ട് വരാം."

അച്യുതൻകുട്ടി നടന്നു. പെട്ടെന്ന് എതിരെ കുടിച്ചു കൂത്താടി വന്ന ഒരു കഷണ്ടിക്കാരൻ കാറിനുള്ളിലേക്ക് നോക്കി. പിന്നെ എന്തോ അത്ഭുതം കണ്ടതുപോലെ രേണുകയെത്തന്നെ നോക്കിനിന്നു. സംഗതി പന്തിയല്ലെന്ന് അച്യുതൻകുട്ടിക്കു മനസ്സിലായി. സമയം പത്തു മണിയാ കുന്നു. ഇനി ഇതുവഴി ഇതുപോലുള്ളവരാകും അധികവും കടന്നുപോ കുക. ബാർ അടയ്ക്കുന്ന നേരത്ത് പെണ്ണുങ്ങളേംകൂട്ടി ഈ നഗരത്തി ലൂടെ നടക്കുന്നത് പന്തിയല്ലെന്ന് സെക്ഷൻ ഓഫീസർ സുശീലാദേവി പറഞ്ഞത് അച്യുതൻകുട്ടി ഓർത്തു.

അധികം ആലോചിച്ചുനില്ക്കാൻ നേരമില്ല. കാർ സ്റ്റാർട്ടാക്കി. അടു ത്തുള്ള അറിയാവുന്ന ഒരു ഹോട്ടലിലേക്ക് കാർ തിരിച്ചുവിട്ടു. രാത്രി ഈ

നേരത്തെ നഗരം ഏറെക്കാലത്തിനുശേഷമാണ് അച്യുതൻകുട്ടി കാണു
ന്നത്. കുട്ടിക്കൊടുപ്പുകാരുടെ മുഖമാണ് എതിരെ വരുന്ന പലർക്കുമെന്ന്
അച്യുതൻകുട്ടിക്കു തോന്നി. ഒക്കെ തന്റെ അവസ്ഥ സൃഷ്ടിച്ച മാനസിക
സംഘർഷത്തിന്റെ ഫലമാണെന്നു സമാധാനിച്ച് അച്യുതൻകുട്ടി കാർ
തിരക്കുകുറഞ്ഞ വഴിയിലൂടെ അരിസ്റ്റോ ജങ്ഷനിലേക്കു തിരിച്ചു.
ഒറ്റയ്ക്കു സംസാരിച്ചു നടക്കുന്ന ഒന്നിലേറെപ്പേരെ കണ്ടപ്പോൾ രേണു
കയെ നോക്കി അച്യുതൻകുട്ടി പറഞ്ഞു:

"ഇവർ ഒറ്റയ്ക്കൊറ്റയ്ക്കു വർത്തമാനം പറഞ്ഞു നടക്കുന്നതിനു
പകരം ഒന്നിച്ചുകൂടി എന്താണെന്നുവെച്ചാൽ പറഞ്ഞു തുലച്ചുകൂടേ?"

രേണുക മറുപടിയൊന്നും പറയാതെ പുറത്തേക്കു നോക്കിയിരുന്നു.
നകുലും സഹദേവും പക്കാവടയുടെ കവർ പൊട്ടിച്ച് കറുമുറെ അതു
തിന്നുകൊണ്ടിരുന്നു. അച്ഛനും അമ്മയും അഭിമുഖീകരിക്കുന്ന പ്രശ്ന
മെന്തെന്ന് അവന്മാർക്കറിയില്ല. പലതവണ ഇതുപോലുള്ള സന്ദർഭത്തിൽ
ചന്തി പൊട്ടുന്ന തല്ല് ചൂരല് ഒടിയുന്നതുവരെ കൊടുത്തിട്ടുണ്ട്. പക്ഷേ,
എന്തു പ്രയോജനം? കരഞ്ഞുകാലുപിടിച്ച് ഇനി ഇതൊന്നും ആവർത്തി
ക്കില്ലെന്ന് സത്യം ചെയ്യും. പിറ്റേന്നു പുലർച്ചെ പറഞ്ഞതൊക്കെ തഥൈവ.

"എന്റെ അച്യുതൻകുട്ടീ, ഇതുങ്ങളെ ഇങ്ങനെ തല്ലിക്കൊന്നിട്ടെന്താ
ഫലം? എത്ര തല്ലുകൊടുത്തിട്ടും അവന്മാർക്ക് യാതൊരു മാറ്റോമില്ല. അമേ
രിക്കയിലാണെങ്കിൽ പിള്ളാരെ ഇങ്ങനെ തല്ലിയാൽ പൊലീസുവന്ന്
പിടിച്ച് നിങ്ങളെ അകത്താക്കുമായിരുന്നു." രേണുക താക്കീതു ചെയ്തു.

തികഞ്ഞ അമേരിക്കൻ വിരുദ്ധനായ അച്യുതൻകുട്ടി അതിനെ
ഇങ്ങനെ പ്രതിരോധിച്ചു:

"ആത്മാഭിമാനമുള്ള ആരെങ്കിലും അമേരിക്കയിൽ പോകുമോ എന്റെ
രേണു. സ്വന്തം കൊച്ചുങ്ങളെ നാലു തല്ലു തല്ലാനുള്ള സ്വാതന്ത്ര്യമില്ലെ
ങ്കിൽ പിന്നെന്തുണ്ടായിട്ടെന്താ."

"മുറിയില്ല സാറേ. മൊത്തം മുറികളും മൂന്നു ദിവസത്തേക്കുകൂടി
ഫുള്ളാ!" ആദ്യം കയറിയ ഹോട്ടലിലെയും ആറാമതു കയറിയ ലോഡ്ജി
ലെയും റിസപ്ഷനിൽനിന്നും ഒരേ മറുപടി. ഓരോ തവണ മുറിയില്ല
എന്ന മറുപടി കേട്ടപ്പോഴും പ്രതീക്ഷ കൈവിടാതെ അച്യുതൻകുട്ടി
അന്വേഷണം തുടർന്നെങ്കിലും രാത്രി 11 മണിയോടെ ശ്രമം ഉപേക്ഷി
ക്കാൻ തീരുമാനിച്ചു. ചില സ്നേഹിതരുടെയും ഒന്നു രണ്ടു ബന്ധുക്കളു
ടെയും മുഖം മനസ്സിൽ തെളിഞ്ഞെങ്കിലും അവരുടെയൊന്നും സമാധാന
ജീവിതത്തിലേക്കു കയറിച്ചെന്ന് അത് ഭംഗപ്പെടുത്താൻ അച്യുതൻകുട്ടിക്ക്
തോന്നിയില്ല. മാത്രമല്ല, തെളിഞ്ഞുവന്ന മുഖമുള്ളവരുമായൊന്നും രേണു
കയ്ക്ക് കാര്യമായ അടുപ്പമോ ആത്മബന്ധമോ ഇല്ലതാനും. മക്കൾ കാട്ടാ
നിടയുള്ള കുറുമ്പുകളെക്കുറിച്ചോർത്തപ്പോൾ അങ്ങനെയുള്ള ചിന്തകൾ
അച്യുതൻകുട്ടി മുളയിലേ നുള്ളി.

അടുത്തുകണ്ട പെട്രോൾപമ്പിൽ കയറി മുന്നൂറു രൂപയുടെ പെട്രോൾ
അടിച്ചശേഷം കാർ നേരേ സ്റ്റാച്ചുവിലുള്ള കേരള ഹൗസിലേക്കുവിട്ടു.

അവർ പൂട്ടാനുള്ള പുറപ്പാടിലായിരുന്നു. കഞ്ഞിയും ചമ്മന്തിയുമുണ്ടെന്ന് ബെയറർ പറഞ്ഞപ്പോൾത്തന്നെ നകുലും സഹദേവും ഇടഞ്ഞു. അവർക്ക് ചിക്കൻ ഫ്രൈ തന്നെവേണം. അതു കിട്ടാതെ അവന്മാർ രാത്രി സമാ ധാനം തരില്ല. അല്ലെങ്കിൽത്തന്നെ പെരുവിരലേന്ന് തരിപ്പുകേറിക്കൊണ്ടി രിക്കുകയാണ്. ഇവന്മാരു കാരണമാണ് ഈ വീടുമാറ്റങ്ങളൊക്കെ എന്ന് താൻ പറയുമ്പോൾ രേണുക തർക്കിക്കും:

"അച്യുതൻകുട്ടീ, ഇത് അവരുടെ പ്രശ്നമല്ല. നമ്മൾടെ പ്രശ്നമാ. ശനി ഇങ്ങനെയൊക്കെ ചില ഏനക്കേടുകളുണ്ടാക്കും. എങ്കിലും പുള്ളി ക്കാരൻ ഇറങ്ങിപ്പോകുമ്പോൾ നമ്മുടെ കഷ്ടപ്പാടൊക്കെ പരിഹരിച്ചിട്ടേ പോകൂ. ഗ്രഹപ്പിഴയ്ക്ക് പിള്ളാരെ പഴിച്ചിട്ടെന്ത്? നഗരത്തിൽ സ്വന്തമാ യൊരു വീടുണ്ടായിരുന്നെങ്കിൽ നമുക്ക് ഈ പെടാപ്പാടുപെടേണ്ടി വരി ല്ലായിരുന്നല്ലോ."

ശരിയാണ് രേണുക പറയുന്നത്. നവഗ്രഹങ്ങൾ യഥാസ്ഥാനങ്ങളിൽ നിലയുറപ്പിച്ചില്ലെങ്കിൽ വരാനിടയുള്ള അനർത്ഥങ്ങളാകും ഇതൊക്കെ. അച്യുതൻകുട്ടി സമാധാനിച്ചു. കൈതമുക്കിലെ ബാലന്റെ തട്ടിൽനിന്നും ചിക്കൻ ഫ്രൈയും പൊറോട്ടയും വാങ്ങി നകുലിനും സഹദേവിനും കൊടുത്തശേഷം അച്യുതൻകുട്ടി വണ്ടി വിട്ടു. താനും ഭാര്യയും ഓരോ പൊറോട്ട മാത്രം കഴിച്ച് അത്താഴം അവസാനിപ്പിച്ചു. സാധാരണ ആറേഴ് ദോശയും നല്ല തേങ്ങാച്ചമ്മന്തിയും കഴിച്ചാലേ വിശപ്പടങ്ങാറുള്ളൂ. ഈ അവസ്ഥയിൽ വിശപ്പ് ഇല്ലാതായതിൽ അച്യുതൻകുട്ടിക്ക് തെല്ലും അത്ഭുതം തോന്നിയില്ല.

എന്തുചെയ്യും? ഈ നട്ടപ്പാതിരായ്ക്ക് എങ്ങോട്ടാണ് ഭാര്യേം പിള്ളാരേം കൊണ്ടുപോകുന്നത്. ഇടത്തരം ഹോട്ടലുകളിലോ ലോഡ്ജു കളിലോ മുറി കിട്ടാനില്ല. പിന്നീടുള്ള നക്ഷത്രം പാകിയ ഹോട്ടലുകളിൽ മുറിയെടുക്കാനുള്ള കാശും തന്റെ കൈവശമില്ല. ചിക്കൻഫ്രൈയും പൊറോട്ടയും കഴിച്ച മക്കൾ അമാന്തിക്കാതെ രേണുവിനെ ചാരിക്കിടന്ന് ഉറക്കമായി. മക്കൾ ചാരിയ സുഖത്തിൽ രേണുകയും.

അച്യുതൻകുട്ടി കാറോടിച്ച് വീണ്ടും യൂണിവേഴ്സിറ്റി ഓഫീസിനു മുന്നിലെത്തി. ചട്ടങ്ങൾ മാറ്റണമെന്ന് കുമാരനാശാൻ. രണ്ടുമൂന്ന് ബിരുദ – ബിരുദാനന്തര സർട്ടിഫിക്കറ്റുകൾ അത്യാവശ്യം സ്മാളൊക്കെയെടിച്ച് പ്രാഞ്ചി പ്രാഞ്ചി യൂണിവേഴ്സിറ്റിക്കുള്ളിലേക്കു നടന്നുപോകുന്നത് അച്യു തൻകുട്ടി നോക്കിയിരുന്നു. ചിലർ ഏകാകികളായി നടന്നകലുന്നു.

ഇതൊക്കെ കണ്ട് ഈ രാത്രിജീവിതം; എത്ര രസകരമാണെന്ന് അച്യുതൻകുട്ടി ആലോചിച്ചു. പക്ഷേ, താൻ അകപ്പെട്ടിരിക്കുന്ന ഈരാ ക്കുടുക്കിനിടയിൽക്കിടന്ന് ഇതുപോലുള്ള ഒരു രാത്രി ഊഷ്മളമായി അനു ഭവിക്കാൻ വിധിവൈപരീത്യത്താൽ യോഗമില്ലെന്നും എന്തെങ്കിലുമൊരു പോംവഴി എത്രയും പെട്ടെന്നു കണ്ടുപിടിക്കണമെന്നും നിനച്ച് അച്യു തൻകുട്ടി കാറിന്റെ സ്റ്റിയറിങ്ങിൽ കൊടുംകൈ കുത്തിയിരുന്നു.

നക്ഷത്രങ്ങൾ ആകാശത്ത് നക്ഷത്രങ്ങളെപ്പോലെ തിളങ്ങി.

കാർ നിർത്തിയിട്ടിരുന്നത് വലിയൊരു മരച്ചുവട്ടിലാണ്. അച്യു
തൻകുട്ടി ഏറെനേരം ഇടത്തോട്ടുതിരിഞ്ഞ് ഭാര്യയെയും മക്കളെയും
നോക്കിയിരുന്നു. അവർ അകപ്പെട്ടിരിക്കുന്ന അവസ്ഥയെ വിസ്മരിച്ചിരി
ക്കുന്നു. അസഹ്യമായ ചൂടിലും രാത്രി നിശ്ശബ്ദതയിലും ഇങ്ങനെ ഗാഢ
മായി ഉറങ്ങാൻ കഴിയുന്നതൊരു ഭാഗ്യം തന്നെയാണ്. കൊച്ചുങ്ങളുടെ
കാര്യം വിടാം. രേണുക ഉറങ്ങുന്നതു കണ്ടപ്പോൾ നേരിയൊരു അനിഷ്ടം
തോന്നിയെങ്കിലും അച്യുതൻകുട്ടി സ്വയം തിരുത്തി. സ്നേഹിക്കുന്നവരെ
ഏതു പ്രതിസന്ധിയിലും സംഘർഷത്തിലും സ്നേഹിക്കാൻ കഴിയണം.
രേണുകയോടു തോന്നിയ നീരസത്തെ കുടഞ്ഞെറിഞ്ഞ് ഡാഷ്ബോർ
ഡിൽ ഒളിപ്പിച്ചുവെച്ച സിഗരറ്റും തീപ്പെട്ടിയുമെടുത്ത് അച്യുതൻകുട്ടി പുറ
ത്തേക്കിറങ്ങി. സർവ്വകലാശാല ഓഫീസിനുള്ളിൽനിന്നും ഇത്രകാലവും
ഒരു തൊഴിൽ തേടി വരാത്തതിൽ അക്ഷമരും അസംതൃപ്തരുമായ ഉന്നത
ബിരുദങ്ങൾ തമ്മിൽ തല്ലുന്നതും തലകീറുന്നതും അച്യുതൻകുട്ടി തെല്ലു
നേരം നോക്കിനിന്നു. എൽ എൽ ബി തോറ്റെങ്കിലും അന്ന് പി എസ് സി
ടെസ്റ്റ് എഴുതി ജയിച്ചത് എത്ര നന്നായെന്ന് അച്യുതൻകുട്ടി ഓർത്തു.
അതു കിട്ടിയില്ലായിരുന്നെങ്കിൽ തലകീറിയ ബിരുദമായി ഇപ്പോൾ ആ
കൂട്ടത്തിൽ തനിക്ക് തന്നെത്തന്നെ കാണേണ്ടിവരുമായിരുന്നു.

മാരുതി 800 ൽ ചാരി അച്യുതൻകുട്ടി നിന്നു. പടർന്നു പന്തലിച്ച മര
ക്കൊമ്പിൽ പക്ഷികൾ എത്രയെത്ര ചേക്കുകളാണ് കൂട്ടിയിരിക്കുന്നത്.
അതിനുള്ളിൽനിന്നും കുഞ്ഞുപക്ഷികളുടെ കരച്ചിൽ കേൾക്കാം. അമ്മ
പ്പക്ഷികളുടെ ചിറകടി ഇടയ്ക്കിടെ. അവർ ആ മരച്ചില്ലയിൽ എത്ര സുര
ക്ഷിതമായാണ് രാത്രി പിന്നിടുന്നത്. കാറ്റിൽ ഇടയ്ക്കിടെ ഉലയുന്ന മര
ക്കൊമ്പുകളിലേക്ക് അച്യുതൻകുട്ടി നോക്കിനിന്നു.

പെട്ടെന്ന് അച്യുതൻകുട്ടി അടുത്തുകണ്ട തടിയറപ്പുമില്ലിലേക്ക്
നടന്നു. പാറാവുകാരൻ സുഖനിദ്രയിലാണ്. അയാളുടെ ഉറക്കത്തിന് ഭംഗം
വരാതെ, ശബ്ദമുണ്ടാക്കാതെ അച്യുതൻകുട്ടി അകത്തേക്കു കടന്നു.
അരണ്ട നിലാവിൽ ചെറിയ ചെറിയ മരക്കഷണങ്ങളും മുറിച്ചുപേക്ഷിച്ച
മരക്കൊമ്പുകളും തെരഞ്ഞെടുത്ത് കാറിനരികിലേക്കു നടന്നു. ഒടുവിൽ
താൻ ശേഖരിച്ച മരക്കഷണങ്ങളും മരക്കൊമ്പുകളും കാറിന്റെ ഡിക്കി
യിൽ സൂക്ഷിച്ചിരുന്ന കരിപ്പൊട്ടിപ്പൊച്ചം കൊണ്ട് വരിഞ്ഞുമുറുക്കി. കയ
റിന്റെ അറ്റം അരയിൽ കെട്ടിയശേഷം അച്യുതൻകുട്ടി പക്ഷിക്കൂടുകൾ
നിറഞ്ഞ മരത്തിലേക്ക് അള്ളിപ്പിടിച്ചുകയറി. കുട്ടിക്കാലത്ത് കരിക്കു
മോഷ്ടിക്കാൻ അമ്മാവന്റെ പറമ്പിലെ തെങ്ങിൽ കയറിയ ശീലം ഈ
സന്ദർഭത്തിൽ അച്യുതൻകുട്ടിക്കു സഹായകമായി. പിടിമുറ്റാത്ത മരത്തി
ലൂടെ ഒരു കുരങ്ങനെപ്പോലെയാണ് താൻ അള്ളിപ്പിടിച്ചു കയറിയതെന്ന്
കനത്ത മരക്കൊമ്പുകൾക്കിടയിൽ ഇരിക്കുമ്പോഴാണ് അച്യുതൻകുട്ടി
ഓർത്തത്.

അരക്കെട്ടിലെ കയർ അഴിച്ചു. പിന്നെ സാവകാശം താഴെനിന്നും
മരക്കഷണങ്ങളും കൊമ്പുകളും മേലേക്കു പിടിച്ചുയർത്തി. ഈ നേര

ത്തൊന്നും ഭാര്യയോ മക്കളോ ഉറക്കമുണർന്നില്ല. അവർ പതിഞ്ഞുവീ
ശുന്ന കാറ്റിൽ ക്ഷീണത്താൽ ഉറക്കം തുടരുകയാണ്.

പുലർച്ചെ ഞെട്ടിയുണർന്ന ഭാര്യ ചുറ്റും അച്യുതൻകുട്ടിയെ നോക്കി.
മക്കൾ അപ്പോഴും ഉറക്കമുണർന്നിരുന്നില്ല. മരക്കൊമ്പിൽ കെട്ടിയുണ്ടാ
ക്കിയ ഏറുമാടത്തിനരികെനിന്നും താഴേക്കു കയർ കെട്ടിയുണ്ടാക്കിയ
ഏണിയിലൂടെ ഒരു മജ്ജീഷ്യനെപ്പോലെ ഇറങ്ങിവരുന്ന അച്യുതൻ കുട്ടിയെ
രേണുക നോക്കിനിന്നു. എന്താണ് സംഭവിക്കുന്നതെന്ന് രേണുകയ്ക്ക്
ഒരെത്തും പിടിയും കിട്ടിയില്ല. മക്കൾ ഉണർന്നുനോക്കുമ്പോഴുണ്ട്
അമ്മയും അച്ഛനും കയറിലൂടെ മരക്കൊമ്പിലേക്കു കയറിപ്പോകുന്നു.
അവരും അച്ഛനും അമ്മയ്ക്കും പിന്നാലെ മരക്കൊമ്പിലെ ഏറുമാടത്തി
ലേക്ക് കയറാൻ തുടങ്ങി.

പ്രഭാത സവാരിക്കിറങ്ങിയ ടെലിവിഷൻ അവതാരകയായ സുനന്ദ
യാണ് ആദ്യം ആ കാഴ്ച കണ്ടത്. അവൾ മൊബൈലിൽ ആരെയൊ
ക്കെയോ വിളിച്ച് താൻ കണ്ട അത്ഭുതക്കാഴ്ചയെ പൊടിപ്പും തൊങ്ങലും
വെച്ച് വർണ്ണിക്കുന്നത് അച്യുതൻകുട്ടി കേട്ടു.

".....ഈ പക്ഷികൾക്ക്, സർക്കാരിന് ഒരൊറ്റ രൂപപോലും ടാക്സോ
കരം തീരുവയോ നല്കാത്ത ഈ പക്ഷികൾക്ക് കൂടുകെട്ടാമെങ്കിൽ എന്തു
കൊണ്ട് അച്യുതൻകുട്ടിക്ക് അതായിക്കൂടാ...." അവതാരക സിറ്റി മേയ
റോടു ചോദിച്ചു. മേയർ നിയമത്തിന്റെ തലനാരിഴ കീറിമുറിക്കേണ്ടതു
ണ്ടെന്നും അതുവരെ പൊലീസ് കാവലിൽ അച്യുതൻകുട്ടിയും ഭാര്യയും
മക്കളും ഏറുമാടത്തിൽ വസിക്കട്ടെ എന്നും അത്ര നേരം പൊലീസ്
കാവൽ ഏർപ്പാടാക്കിയിട്ടുണ്ടെന്നും വ്യക്തമാക്കി.

പ്രേക്ഷകർ പൊടുന്നനേ കണ്ടത് ഏറുമാടത്തിൽനിന്നും ശംഖുമുഖം
ഭാഗത്തേക്ക് ചിറക് വിടർത്തി പറന്നുപോകുന്ന അച്യുതൻകുട്ടിയെയും
ഭാര്യയെയും മക്കളെയുമാണ്.

നകുലും സഹദേവും താഴെ കാവൽ നിന്നിരുന്ന പൊലീസുകാരുടെ
തലയിൽ കാഷ്ഠിച്ചശേഷം അച്ഛനുമമ്മയ്ക്കുമൊപ്പമെത്താൻ ചിറകു വീശി
പ്പറന്നു.

(ചന്ദ്രിക ആഴ്ചപ്പതിപ്പ്)

മനുഷ്യാലയചന്ദ്രിക

സ്വ ന്തം ശരീരം വല്ലാതെ കിടുകിടുത്തപ്പോഴാണ് ചന്ദ്രിക ഉറക്ക ത്തിൽനിന്നും ഞെട്ടിയുണർന്നത്. വഴിവിളക്കുകൾ തൂവിയ മഞ്ഞവെളിച്ചം അരണ്ടരണ്ട് മുറിയുടെ ജനാലയിലൂടെ അകത്തേക്കു വീഴുന്നുണ്ട്. ചന്ദ്രിക ചുറ്റും നോക്കി.

അതെ; പതിവുപോലെ തനിക്കരികെ മക്കൾ സുഖകരമായ ഉറക്ക ത്തിൽ മൂടിപ്പുതച്ചു കിടക്കുന്നു. നകുൽ തലയണയിൽ കെട്ടിപ്പിടിച്ചാണ് കിടപ്പ്. മകൾ സരയു ചുരുണ്ടുകൂടിക്കിടക്കുന്നു. ഭർത്താവ് പുതപ്പിനു ള്ളിൽ, അരക്കെട്ടിനു താഴെയുള്ള ഭാഗം പുറത്തുകാണിച്ചുകൊണ്ട്. ബർമു ഡയിടുന്നത് ശീലമാക്കിയത്, ഒട്ടുമിക്ക ദിവസങ്ങളിലും കുട്ടികൾ ഉണ രുംമുമ്പേ ഉണരുന്ന ചന്ദ്രിക ഭർത്താവിന്റെ നഗ്നതയ്ക്കുമേൽ മുണ്ടു പുത പ്പിക്കാറുണ്ടെന്നു പറഞ്ഞ ദിവസം തൊട്ടാണ്. അന്നു രാത്രി പുറത്തു പോയി തിരിച്ചു വന്നപ്പോൾ ഭർത്താവ് തെരുവോരത്തുനിന്നും നാലഞ്ച് ബർമുഡകൾ വാങ്ങി. ഉറക്കത്തിൽ ഇടയ്ക്കിടെ അസ്വസ്ഥനായി തിരിഞ്ഞും മറിഞ്ഞും കിടക്കുകയും ചിലപ്പോൾ ഒരു നിലക്കണ്ണാടിക്കു മുന്നിൽ നിന്നെന്നപോലെ മുണ്ടഴിച്ച് സ്റ്റാന്റിലേക്കെറിയുന്നതും ഭർത്താ വിന്റെ ശീലമായിരുന്നു. ആദ്യമൊന്നും അതേക്കുറിച്ച് ചന്ദ്രിക ഭർത്താവി നോടു പറഞ്ഞില്ല. പകരം വലിച്ചെറിഞ്ഞ മുണ്ടെടുത്ത് നേരം പരപരാന്ന് വെളുക്കും മുമ്പേ ഭർത്താവിന്റെ നഗ്നതയെ മൂടുകയായിരുന്നു പതിവ്. ബർമുഡ ധരിക്കാൻ തുടങ്ങിയതോടെ പിറുപിറുപ്പും അസ്വസ്ഥതയോ ടെയുള്ള തിരിഞ്ഞു മറിഞ്ഞും കിടപ്പു മാത്രം അവശേഷിച്ചു.

ചന്ദ്രിക ഭർത്താവിനെയും മക്കളെയും നോക്കിയിരുന്നു. രാത്രിയിൽ നല്ല പെരുമഴ കനത്തുനിന്നതിനാലും പുറത്തെ ലൈറ്റുകളിൽ വെള്ളവും കുഞ്ഞു കുഞ്ഞിലകളും പറ്റിപ്പിടിച്ചു നിന്നതിനാലും മുറിയിലേക്ക് പതി

വുള്ള വെളിച്ചം കടന്നുവരാൻ അറച്ചുനിന്നു.

കൃത്യം അഞ്ചുമണിക്ക് അലാറാം മുഴങ്ങി. ഒരുതവണയല്ല പല തവണ. ഉറക്കത്തിൽനിന്നും ഉണർന്ന് ഒന്നോ രണ്ടോ തവണ കോട്ടു വായിട്ട് സ്വയമറിയാതെ പലപ്പോഴും ഉറക്കത്തിലേക്കുതന്നെ വഴുതിപ്പോ യിട്ടുണ്ട്. അങ്ങനെയുള്ള ദിവസങ്ങളിൽ ഊരന്ത്രാളപ്പെട്ടാണ് രാവിലെ കാര്യങ്ങളൊക്കെ ചെയ്തുതീർക്കുന്നത്. കുട്ടികളുടെയും ഭർത്താവി ന്റെയും ഷൂ പോളിഷ് ചെയ്തുവെക്കാതെ, വാട്ടർ ബോട്ടിൽ നിറയ്ക്കാതെ – അങ്ങനെ പലതും മറന്നുപോകുകയും ചെയ്തിട്ടുണ്ട്. അതേപ്പറ്റി പറ ഞ്ഞതിന്റെ തൊട്ടുത്ത ദിവസം മുകുന്ദേട്ടൻ പുതിയെരു അലാറാം വാങ്ങി ക്കൊണ്ടുവന്നു. ഉണർന്ന് ഓഫാക്കും വരെ ചിലച്ചുകൊണ്ടേയിരിക്കുന്ന ഒരു ഉക്കന്റെ രൂപത്തിലുള്ള അലാറാം. ആദ്യ റൗണ്ട് ചിലച്ചുകഴിഞ്ഞ് ഒരു മിനിട്ടിന്റെ വ്യത്യാസത്തിൽ വീണ്ടും അത് ചിലയ്ക്കാൻ തുടങ്ങും. ആ നേരത്ത് ഉക്കൻ ചിറകുകളിട്ടടിക്കുകയും പ്രത്യേകമായ ചില ശബ്ദ ങ്ങൾ പുറപ്പെടുവിക്കുകയും ചെയ്യും. അതോടെ ഏതു കുംഭകർണ്ണസേ വയിലാണെങ്കിലും ഉണർന്നെണീക്കും.

ചന്ദ്രിക ഉക്കന്റെ കാലിൽ ഘടിപ്പിച്ചിട്ടുള്ള ബട്ടണിൽ വിരലമർത്തി. ചിറകടിയും ചിലയ്ക്കലും അവസാനിപ്പിച്ച് ഉക്കൻ ഉറക്കത്തിലേക്കു പ്രവേ ശിച്ചു. ചന്ദ്രിക പതുക്കെ കിടക്കയിലൂടെ നിരങ്ങി നീങ്ങി വലതു വശ ത്തുകൂടി മറ്റൊരു പ്രഭാതത്തിലേക്കു പ്രവേശിച്ചു. ശീലമുള്ള ദിശയിലേക്കു നടന്ന് വാഷ്ബെയ്സിനരികെയുള്ള സീറോ വോൾട്ടിന്റെ ബൾബ് കത്തിച്ചു. തുറന്നിട്ടിരുന്ന വാതിലുകളിലൂടെ സീറോ വോൾട്ട് വെളിച്ചം ഓരോ മുറികളിലും അത്ര പ്രാധാന്യമില്ലാത്ത അതിഥിയെപ്പോലെ പതിഞ്ഞ കാലൊച്ചയോടെ നടന്നുകയറി.

ഒരു നിമിഷം പൂജാമുറിക്കരികെയുള്ള സ്റ്റൂളിൽ കുണ്ഡലിനിയെ ഊർ ജ്ജസ്വലമാക്കാനെന്നോണം ചന്ദ്രിക നിവർന്നിരുന്നു. കോട്ടുവായിട്ടു. അഴി ച്ചിട്ടിരുന്ന ചുരുണ്ട് ഇടതൂർന്നു കിടന്ന മുടി പിടിച്ച് പിന്നിൽ കെട്ടി. ആ ഇരുപ്പിലാണ് ഒരു ദിവസം ചെയ്യേണ്ട കാര്യങ്ങളെന്തൊക്കെയെന്ന് അടുക്കും ചിട്ടയോടും കൂടി മനസ്സിൽ ടൈംടേബിളുണ്ടാക്കുക. അഞ്ചുമി നിട്ടുകൊണ്ട് അതു പൂർത്തിയായി.

ചന്ദ്രിക വാഷ്ബെയ്സിനരികിലേക്കു നടന്നു. മുഖം കഴുകി. തൊട്ട ടുത്തുള്ള ബാത്ത്റൂമിൽ കയറി. തലേന്നു രാത്രിയിൽ പലതവണ വല്ലാതെ ദാഹിച്ചതിനാലും *വനിതാ* മാസികയിൽ 'സ്കിൻടോൺ നിലനിർത്താൻ പച്ചവെള്ളം അത്യുത്തമം' എന്ന കവർ ഫീച്ചർ വായിച്ചതിനാലും ഒന്നൊ ന്നര ലിറ്റർ വെള്ളം അകത്താക്കിയിരുന്നു. അതിൽ ശരീരമെടുത്ത് ഉപ യോഗിച്ചതിന്റെ ശേഷിപ്പ് പുറത്തേക്ക്, ഭൂമിയുടെ ആഴത്തിലേക്ക് നിക്ഷേ പിച്ചശേഷം ചന്ദ്രിക പുറത്തേക്കിറങ്ങി. ഹാ! എന്തൊരു തണുപ്പ്. അസഹ്യ മായ ചൂടിനുശേഷം ഇടവപ്പാതി. അതോടെ ചുട്ടുപഴുത്തു കിടന്ന ഭൂമി തണുത്തു. വീടുകളിലും പുറത്തും വമിച്ച വേവൊട്ട് ഇല്ലാതായി. മഴയുടെ ദിനങ്ങളോരോന്നും കഴിഞ്ഞതോടെ രാത്രി പുതച്ചു മൂടാതെ ഉറങ്ങാൻ

കഴിയാതെയായി. വെറുതെയല്ല കുട്ടികൾ ഉറക്കത്തിൽ തന്റെ ശരീരത്തോ
ടൊട്ടാൻ വരുന്നതെന്ന് ചന്ദ്രിക ഓർത്തു.

ആദ്യം പൂജാമുറിയിലെ ലൈറ്റിട്ടു. 'കൃഷ്ണാ ഗുരുവായൂരപ്പാ.'
ചന്ദ്രിക ഓരോ ദിവസവും രാവിലെ ഉച്ചരിക്കുന്ന പ്രാർത്ഥന. എന്തെങ്കിലും
ആവശ്യമോ ആവലാതിയോ ഗുരുവായൂരപ്പനോടു പറയാറില്ല. പരാതി
കൾ കേട്ടുകേട്ട് ഭഗവാന്റെ കാതടഞ്ഞുപോയിട്ടുണ്ടാകുമെന്നു കരുതിയി
ട്ടൊന്നുമല്ല. ഒന്നും തനിക്ക് ദൈവത്തിൽനിന്നും വിശേഷിച്ചു വേണ്ടതാ
യിട്ടില്ലെന്നു കരുതുന്നതുകൊണ്ടാണ്.

ചന്ദനത്തിരി കത്തിച്ച് കൃഷ്ണവിഗ്രഹത്തിൽ മൂന്നാവർത്തി ഉഴിഞ്ഞു.
പിന്നെ അരണ്ട മുറികളിലൂടെ ചന്ദനത്തിരിയുമായി നടന്നു. വീടാകെ
സുഗന്ധം നിറഞ്ഞുനില്ക്കുന്നത് വല്ലാത്തൊരു സുഖമാണ്. എയർഫ്ര
ഷ്ണറൊക്കെ അടിച്ചാൽ അധികം കഴിയുംമുമ്പേ വല്ലാതെ മടുപ്പിക്കു
ന്നൊരു ഗന്ധമാകും മുറികളിലാകെ. ചന്ദനത്തിരിയോ കർപ്പൂരമോ കത്തി
ച്ചാൽ വാതിലും ജനാലകളും തുറക്കുംവരെ ആ മണം അങ്ങനെ നില്ക്കും.
വാതിൽ തുറന്നാലാകട്ടെ വറുത്ത മീനിന്റെയും ബീഫ് ഉലർത്തിയതി
ന്റെയും ചിക്കനും മട്ടണും പൊരിക്കുന്നതിന്റെയും മണമായിരിക്കും.
തെക്കോട്ടുള്ള ജനാലയ്ക്കെതിരെ അടുത്തിടെ വന്നു താമസമാക്കിയ മുൻ
സിറ്റി മേയറുടെ വീട്ടിൽനിന്നാണ് ആ മണത്തിന്റെ വരവ്.

ചന്ദ്രിക പൂജാമുറിയിൽ ചന്ദനത്തിരി തിരുകിവെച്ചു. പതുക്കെ നടന്ന്
അടുക്കളയുടെ സാക്ഷ നീക്കി. തലേന്ന് കുട്ടികൾ കഴിച്ച തണ്ടുരിച്ചിക്കന്റെ
ഗന്ധം അപ്പോഴും അവിടെ ഉറഞ്ഞുനിന്നു. എത്രനേരമെന്നു വിചാരിച്ചാ
തീൻമേശയിൽ നോക്കിയിരിക്കുക. സഹികെട്ടപ്പോൾ ചന്ദ്രിക മക്കളായ
നകുലിനെയും സരയുവിനെയും നോക്കി ഇങ്ങനെ പറഞ്ഞു: "പിള്ളാരേ
തിന്നോച്ച് പ്ലേറ്റ് രണ്ടും വാഷ് ബെയ്സിലിട്ട് വെള്ളമൊഴിച്ചേക്ക്. കിടക്കും
മുമ്പ് അച്ഛൻ വന്നു വിളിച്ചാൽ കതകു തുറന്നുകൊടുക്ക്. ടി വി ഓണാ
ക്കിയാൽ ഓഫാക്കാനും മറക്കരുത്."

പാതിരാത്രിയിലാണ് മുകുന്ദേട്ടൻ വന്നു വാതിലിൽ മുട്ടിയത്. അതിനു
മുമ്പ് പലതവണ മൊബൈലിലും ലാൻഡ് ഫോണിലും മാറി മാറി വിളി
ച്ചിരുന്നു. പക്ഷേ, തണുത്തുറഞ്ഞ ഉറക്കത്തിൽ അതൊന്നും കാതിൽ
വന്നു വീണില്ല. അതിനുശേഷം മുൻവാതിലിൽ തട്ടി വിളിച്ചു. അതും
കേട്ടില്ല. ഒടുവിൽ ഗത്യന്തരമില്ലാതായ മുകുന്ദേട്ടൻ വീടിന്റെ ഇടതുവശ
ത്തുകൂടി ചെടിച്ചട്ടി തട്ടിമറിച്ചിട്ട് കിടപ്പുമുറിയുടെ ജനാലയിൽ വന്നു തട്ടി.
അപ്പോഴാണ് ആരോ പുറത്തുനിന്നു വിളിക്കുന്നതായി തോന്നിയത്. തിടു
ക്കപ്പെട്ടെണീറ്റ് വാതില്ക്കലെത്തി. സുഷിരത്തിലൂടെ പുറത്തേക്കു നോക്കു
മ്പോഴുണ്ട് മഴ നനഞ്ഞു കുതിർന്നു നില്ക്കുന്ന മുകുന്ദേട്ടൻ.

സ്കൂട്ടറിൽ രാത്രി സഞ്ചാരം വേണ്ടെന്നു പലതവണ പറഞ്ഞതാണ്.
പെട്രോളിനു തീവിലയാണെന്നു പറഞ്ഞ് കാറെടുക്കാതെയാണ് ഓരോ
ദിവസവും പുറത്തുപോകുക. യഥാർത്ഥ കാരണം പെട്രോൾ മാത്രമല്ല.
പാതിരാക്കുന്നൻ ചേക്കേറുന്ന നേരത്ത് ക്ലബ്ബിൽനിന്നുവരുമ്പോൾ

റോഡിന് വീതി കൂടുതലാണെന്നു തോന്നുന്ന കാര്യം പുള്ളിക്കാരൻ സമ്മ
തിച്ചു തരില്ല. പെരുമഴയുണ്ടായിരുന്ന ഒരു രാത്രി പുറത്തേക്ക് കാറിൽ
പോയ ആൾ തിരികെ വന്നത് നടന്നാണ്. വരുന്നവഴി കുണ്ടമൺകടവ്
പാലത്തിന് വീതി കൂടുതലാണെന്ന് പുള്ളിക്കു തോന്നി. ചെന്നിടിച്ചത്
പാലത്തിന്റെ ഇരുമ്പുതൂണിൽ. ബ്രിട്ടീഷ് ഭരണകാലത്ത് സൈനികർ
സ്ഥാപിച്ച പാലമായതുകൊണ്ട് തൂണിളകിപ്പൊളിഞ്ഞില്ല. നമ്മുടെ പി
ഡബ്ല്യു ഡിക്കാർ നിർമ്മിച്ച പാലമായിരുന്നെങ്കിൽ കാറും ആളും വെള്ള
ത്തിലായേനേ. സീമന്തരേഖയിലെ സിന്ദൂരക്കുറിയിൽ ചന്ദ്രിക തൊട്ടു
നോക്കി.

മുകുന്ദേട്ടൻ നനഞ്ഞ പാന്റ്സും ടീഷർട്ടും അഴിച്ചിടാതെ ഡ്രോയി
ങ്ങ്റൂമിലെ സോഫയിൽ നിന്നനിൽപ്പിൽ വീണു. പതിവിലേറെ കുടിക്കുന്ന
ദിവസങ്ങളിൽ കാലുപോലും നിവർത്തിവെക്കാതെ സോഫയിൽ ചുരുണ്ടു
കൂടി കിടന്നാണ് ഉറക്കം.

തിരിഞ്ഞു നോക്കുമ്പോഴാണ് തീൻമേശയിലെ കാഴ്ചകൾ ചന്ദ്രിക
കാണുന്നത്. തലങ്ങും വിലങ്ങും മുറിച്ചിട്ടിരിക്കുന്ന ചപ്പാത്തിക്കഷണങ്ങൾ.
ഉള്ളിക്കറിയുടെ പാത്രം കമിഴ്ന്ന്. തണ്ടൂരി മുഴുവൻ കഴിച്ചശേഷം ബാക്കി
ഭക്ഷണം പരസ്പരം വാരിയെറിഞ്ഞു കളിച്ചതുപോലുണ്ടായിരുന്നു. എല്ലാം
കൂടി ഒരു കടലാസിൽ പൊതിഞ്ഞ്, മറ്റൊരു കടലാസുകഷണംകൊണ്ട്
ആകെയൊന്നു തുടച്ച് വെടിപ്പാക്കി എല്ലാംകൂടി കുടുംബശ്രീ ബക്കറ്റിൽ
നിക്ഷേപിച്ചു. പാത്രങ്ങൾ സിങ്കിലിട്ട് വെള്ളമൊഴിച്ചു. ശേഷം ചന്ദ്രിക പുതി
യൊരു ദിവസത്തെ അടുക്കിപ്പെറുക്കി മനസ്സിൽവെച്ചു. ഇനി ഓർമ്മ
കൾക്കും അലസതയ്ക്കും പ്രസക്തിയില്ല. നേരം വെളുത്തുതുടങ്ങിയിരി
ക്കുന്നു. നൂറുകൂട്ടം കാര്യങ്ങൾ ചെയ്യാനുണ്ട്. രണ്ടു കൈകൾ പോരാ.
നാലോ ആറോ കൈകൾ ദൈവം നല്കിയിരുന്നെങ്കിലെന്ന് പലപ്പോഴും
തോന്നാറുണ്ട്.

അടിവസ്ത്രമിടാതെ പകലിനെ അഭിമുഖീകരിക്കാൻ തോന്നാറില്ല.
രാത്രിയിൽ കിടക്കുമ്പോൾ തിരിച്ചും. ഇരുട്ടിൽ തന്റെ ശരീരത്തുകൂടി
സ്വന്തം വിരലുകൾ ഉരുമ്മണമെങ്കിൽ നൈറ്റിതന്നെ ധരിക്കണം. അതു
കൊണ്ടാണ് ഓരോ തവണയും പലപല കടുംനിറങ്ങളിൽ നൈറ്റി വാങ്ങു
ന്നത്.

ചന്ദ്രിക പെട്ടെന്ന് ഡ്രസ്സിങ് റൂമിലേക്കു നടന്നു. തലേന്നുരാത്രിയിൽ
ധരിച്ച ഓറഞ്ച് നിറമുള്ള നൈറ്റി അഴിച്ച് അയയിലിട്ടു. പകരം കറുത്ത
നിറമുള്ള ചുരിദാർ എടുത്തു. ഏപ്രൺ എടുത്തണിഞ്ഞു. പകൽ വന്ന്
വിളിക്കുമ്പോൾ എന്നും താൻ ഏപ്രൺ കെട്ടി നില്ക്കുന്നതാണ് പതിവ്.
അങ്ങനെ നിന്നില്ലെങ്കിൽ പകലിനു വല്ലതും തോന്നിയാലോ?

ഇങ്ങനെയുള്ള ചിന്തകളുമായി കവിതയുടെ അസ്കിത അസാരം
പണ്ടുണ്ടായിരുന്ന ചന്ദ്രിക, അടുക്കളയിലേക്കു തിരിച്ചെത്തി. ജനാലകൾ
തുറന്നിട്ടു. പുറത്തുനിന്നും തണുത്ത കാറ്റ് വീട്ടിലേക്ക് ആദ്യ സന്ദർശക
രായെത്തി. അവർ അടുക്കളയിലൂടെ അകമുറിയിലേക്ക് ഔപചാരികത

യില്ലാതെ കടന്നുപോയി.

ചന്ദ്രിക മുൻവാതിൽ തുറന്നു. പൂട്ടിന്റെ കൊളുത്തിൽ തൂക്കിയിട്ടി രുന്ന പ്ലാസ്റ്റിക് കവറിൽനിന്നും പത്രം, പാൽ തുടങ്ങിയവയെടുത്തശേഷം വാതിൽ അടച്ചു കുറ്റിയിട്ടു. പാൽപ്പാത്രത്തിലൂടെ ഒരു പാറ്റ, പ്രഭാതം വന്ന തറിയാതെ സാമ്രാജ്യ വിസ്തൃതി വർദ്ധിപ്പിച്ചു നടക്കുന്നു. എത്രയൊക്കെ പാറ്റാഗുളിക അടുക്കളയുടെ പല കോണുകളിലും അലമാരയുടെ പല ഭാഗങ്ങളിലും നിക്ഷേപിച്ചാലും അതൊക്കെ തൃണവല്ക്കരിച്ചാണ് പാറ്റ യുടെ സഞ്ചാരം. തല്ലിക്കൊല്ലാമെന്നുവെച്ചാൽ അതിനു മനസ്സനുവദിക്കു കയുമില്ല. രാവിലെ കണ്ണുകീറി വരുമ്പോൾത്തന്നെ ഒരു കൊലപാതകി യുടെ വേഷം ധരിക്കാൻ എന്തുകൊണ്ടോ ചന്ദ്രികയ്ക്കു മനസ്സു വന്നില്ല. അതുകൊണ്ട് പപ്പടം കാച്ചി കുത്തിയെടുക്കുന്ന കമ്പികൊണ്ട് പാറ്റയെ വെരട്ടി നോക്കി. അത് അരകല്ലിനു താഴെക്കൂടി ഒരൊറ്റയോട്ടം. ഏതു ജീവിക്കും മരണം അടുത്തുവരുന്നു എന്നു തോന്നുമ്പോൾ അതിൽനിന്നും ഓടിയൊളിക്കാൻ വല്ലാത്തൊരു ആയലാണ്. താൻ കൊല്ലാനല്ല കമ്പി യെടുത്തത്. പക്ഷേ, ഒരൊറ്റ നിമിഷം തന്റെ സഹജീവി സ്നേഹം ഇല്ലാ തായാൽ സംഭവിക്കാനിടയുള്ള ദുരന്തത്തെ മുൻകൂട്ടി കണ്ടതു കൊണ്ടാകാം പാറ്റ ഇത്രയും വേഗത്തിൽ ഓടിയകന്നതെന്ന് ചന്ദ്രിക വിചാ രിച്ചു.

പാൽപ്പാത്രം കഴുകിവെച്ചു. അരി കുതിരാനായി വെള്ളത്തിലിട്ടു. കുതിർന്നു കഴിഞ്ഞാൽ ഒരുതവണ തിളപ്പിച്ച് റൈസ് കുക്കറിൽ വെച്ചാൽ ഉച്ചയാകുമ്പോഴേക്കും കാലമായിരിക്കുമെന്ന് ചന്ദ്രിക സ്വയമെന്നോണം പറഞ്ഞു.

ഇതൊക്കെ ഒരുക്കങ്ങളാണ്. ഒരു പാചകവിദഗ്ദ്ധൻ ദേഹണ്ഡമാരം ഭിക്കുംമുമ്പ് വെന്തുവരേണ്ട കറികളെക്കുറിച്ച് പച്ചക്കറിയിലേക്കും പലച രക്കു സാധനങ്ങളിലേക്കും നോക്കി ആലോചിക്കുമ്പോലെ ചന്ദ്രിക അടു ക്കളയിലെ ഓരോ സ്ഥാവരജംഗമങ്ങളിലൂടെയും കണ്ണോടിച്ചു. ശേഷം തീൻമേശയുടെ മേലേയുള്ള ലൈറ്റ് ഓൺചെയ്ത് ഫ്രിഡ്ജിനുള്ളിൽ നിന്നും മൂന്നു മുട്ടകൾ പുറത്തെടുത്തു. അരി തിളപ്പിക്കുമ്പോൾ അതിൽ കിടന്ന് വേവും. ഗ്യാസ് ലാഭിക്കാനുള്ള എളുപ്പവിദ്യയായിരുന്നു ഇത്.

ഇത്രയും ചെയ്തുകഴിഞ്ഞതോടെ ചന്ദ്രിക മറ്റൊരു കാര്യമോർത്തു. നകുലിന്റെയും സരയുവിന്റെയും ടിഫിൻ ബോക്സുകളും വാട്ടർ ബോട്ടിലും സ്കൂൾ ബാഗിൽ നിന്നെടുത്തിട്ടില്ല. സ്റ്റഡി ടേബിളിൽ ചാരി വെച്ചിരുന്ന ബാർബിയുടെ ചിത്രമുള്ള ബാഗുകളിൽനിന്നും അതെടുത്തു കഴുകി വൃത്തിയാക്കി തീൻമേശമേൽവെച്ചു.

എന്തായിരുന്നു നകുലിനും സരയുവിനും ഇന്നലെ പ്രാതലിന്? ഉച്ച നേരത്ത് അവർ എന്താണ് കഴിച്ചത്? ചന്ദ്രിക ഒരു നിമിഷം താടിക്കു കൈയും കൊടുത്തുനിന്നു. ക്വിസ് മത്സരത്തിനു സ്റ്റേറ്റ് തലത്തിൽ മത്സ രിക്കാൻ പോയിട്ടുള്ള തനിക്ക് ഇത്ര നിസ്സാരമായ കാര്യങ്ങൾ ഓർത്തുവ യ്ക്കാൻ അടുത്തകാലത്തായി നേരിയ വിഷമം. അമിതാഭ് ബച്ചന്റെ ബ്ലാക്ക്

കണ്ടതോടെ ഓർമ്മപ്പിശക് സംഭവിക്കുന്നതിനും ഒരു രസമുണ്ടെന്ന് ചന്ദ്രിക വിചാരിച്ചു. ഒരൊറ്റനിമിഷം ചിന്താധീനയയായി നിന്നപ്പോൾത്തന്നെ തലേന്നത്തെ കാര്യങ്ങൾ അടുക്കും ചിട്ടയോടും കൂടി മനസ്സിലെത്തി. എന്നാൽ അതിനു തൊട്ടുമുമ്പത്തെ ദിവസത്തെ കാര്യങ്ങൾ അത്ര അടുക്കും ചിട്ടയോടും കൂടി ഓർത്തെടുക്കാനാകുന്നില്ല. അങ്ങനെ ഓർത്തുവയ്ക്കാൻ തക്കതായൊന്നും തന്റെ ജീവിതത്തിൽ സംഭവിക്കു ന്നില്ലല്ലോ എന്നു സമാധാനിച്ച് ചന്ദ്രിക ദോശക്കല്ല് സ്റ്റൗവിൽ വയ്ക്കും മുമ്പേ ചകിരിവെച്ച് നന്നായി തേച്ചുമിനുക്കി.

ഇന്നലെ പ്രാതലിന് ഇടിയപ്പവും കടലക്കറിയുമായിരുന്നു. ഉച്ചയ്ക്ക് ചോറും കാബേജ് തോരനും മീൻ വറുത്തതും സാമ്പാറും. കൊണ്ടാട്ടം മുളക് നകുലിനും സരയുവിനും പ്രിയമാണ്; അവരുടെ അച്ഛനെപ്പോലെ. രാത്രിയിൽ ഇന്നലെയും പതിവുപോലെ 'ഡയൽ എ ഡിഷ്ഇൽ' വിളിച്ചു പറഞ്ഞ് ചപ്പാത്തിയും തണ്ടൂരിചിക്കനും വാങ്ങി. ആ ചപ്പാത്തിയാണ് കീറി മുറിച്ച് അവർ എറിഞ്ഞുകളിച്ചത്. ഉച്ചയ്ക്ക് കഴിച്ചശേഷം കുറച്ചു ചോറ് അധികം വന്നിരുന്നു. ലേശം സാമ്പാറും. അതാണ് രാത്രിയിൽ താൻ കഴി ച്ചത്. ശീമപ്പുളികൊണ്ടുള്ള അച്ചാറിന്റെ കൂട്ടുംകൂടിയുണ്ടെങ്കിൽ അതിൽപ്പരം രസം മറ്റെന്തിനാണ്. കണ്ണിമാങ്ങാ അച്ചാറോ, കാന്താരിമു ളകും നെല്ലിക്കയും ചേർത്തരച്ച ചമ്മന്തിയോ ഉണ്ടെങ്കിൽ തണ്ടൂരിചിക്കനും ഫിഷ്മോളിയും പ്രോൺസ് ഫ്രൈയുമൊക്കെ പൊത്തിൽ പോയൊളിക്കും. ആരോഗ്യത്തെക്കുറിച്ച് എത്രയെത്ര ചർച്ചകളാണ് ഓരോ ചാനലിലും പത്ര മായ പത്രങ്ങളിലും ആരോഗ്യമാസികകളിലും നടക്കുന്നത്. പക്ഷേ, നമ്മുടെ ഭക്ഷണരീതിയിൽ അടിതൊട്ടു മുടിവരെയൊരു മാറ്റം സംഭവി ക്കാതെ നമ്മുടെ ആരോഗ്യം മെച്ചപ്പെടാൻ പോകുന്നില്ല. നാൾക്കുനാൾ നമ്മുടെ കായസ്ഥിതി ക്ഷയിക്കുക തന്നെ ചെയ്യും. എട്ടു വയസ്സായ നകു ലിന് നാല്പഞ്ചൊമ്പത് കിലോഗ്രാം തൂക്കമുണ്ട്. ആറു വയസ്സുള്ള സര യുവിന് നാല്പത്തിമൂന്ന് കിലോ. ചില നേരത്ത് സോഫയിലോ കസേര യിലോ കാലുകുന്തിച്ചിരിക്കുന്ന പിള്ളാരെ ഒരു കുട്ടിക്കുറുമ്മനോട് ഉപമി ക്കാനാണ് തോന്നാറ്. വളരുമ്പോൾ ഓവർ വെയ്റ്റൊക്കെ പോകുമെന്നാണ് അവരുടെ അച്ഛൻ പറയാറ്. രാത്രിയിൽ ചിക്കൻ ടിക്കയോ തണ്ടൂരിയോ ഓർഡർ ചെയ്യാതെ അച്ഛൻ പുറത്തു പോകാൻ അവർ അനുവദിക്കില്ല. പുറത്തുപോകാതിരിക്കാൻ മുകുന്ദേട്ടനു സാധിക്കില്ല. ക്ലബ്ബിലേക്കു പോകാ നായി കുളിച്ച് വസ്ത്രം ധരിച്ചിറങ്ങുമ്പോൾ ഇരുവശവുംനിന്ന് മക്കളുടെ അക്രമമുണ്ടാകും.

"അച്ഛാ, തണ്ടൂരി അച്ഛാ... ടിക്ക."

അവരുമായി തർക്കിച്ചുനിന്നു സമയം കളയാതിരിക്കാൻ അവർ പറ യുന്നതെന്തും ആ നേരത്ത് അച്ഛൻ സമ്മതിക്കും.

എന്നാണ് ആദ്യമായി നകുലിനും സരയുവിനും തണ്ടൂരിയും ടിക്കയും പ്രോൺസ് ഫ്രൈയുമൊക്കെ വാങ്ങി നല്കിയത്. ഓർത്തെടുക്കാനാകു ന്നില്ല. സരയുവിന്റെ മൂന്നാം പിറന്നാളിന് ക്ലബ്ബിൽവെച്ചു നടത്തിയ ബർ

ത്ഡേ പാർട്ടിക്കാണോ? അതോ തന്റെയും മുകുന്ദേട്ടന്റെയും അഞ്ചാം വിവാഹ വാർഷികത്തിനാണോ? കൃത്യമായി ഓർക്കാനാകുന്നില്ല എന്ന താണ് സത്യം.

ചന്ദ്രിക സത്വരം ചൂടായിക്കിടന്ന ദോശക്കല്ലിലേക്ക് മാവ് കോരിയൊ ഴിക്കും മുമ്പ് നന്നായി എണ്ണ പുരട്ടി. ദോശയിൽ ചുഴികളും മലരികളുമു ണ്ടാകുന്നതു നോക്കിനില്ക്കുമ്പോൾ ചന്ദ്രിക മറ്റൊരു ദോശക്കല്ലിനെക്കു റിച്ച് ഓർത്തു. പച്ചക്കറിക്കടയ്ക്കരികെയുള്ള ഗണപതി ചെട്ടിയാരുടെ ടീഷോപ്പിനുള്ളിൽനിന്ന് നല്ലൊന്നാന്തരം ദോശയുടെ മണം അനുഭവപ്പെ ട്ടപ്പോഴാണ് അങ്ങോട്ടു നോക്കിയത്. ലോകത്ത് തന്റെ ദോശപോലെ മണ മുള്ള ദോശയുണ്ടാവില്ലെന്ന് അഭിമാനിച്ചിരിക്കുമ്പോഴാണ് ആ പ്രതിനായക (കി) ദോശയുടെ മണം. പച്ചക്കറി തൂക്കുന്നതിനിടയിൽ പലതവണ അങ്ങോട്ടു നോക്കി. ഒന്നല്ല ഒരു പത്തിരുപത്തഞ്ച് ദോശകൾ ഒരു കല്ലിൽ കിടന്ന് വേവുന്നു. ഒരേ വലിപ്പത്തിൽ ഇത്ര കൃത്യമായി എങ്ങനെയാണ് ആ മനുഷ്യൻ ദോശ ചുടുന്നത്. താൻ അത്രകാലവും ഒരു ദോശപോലെ മറ്റൊരു ദോശ ചുട്ടിട്ടില്ല. ഇങ്ങനെയൊരു ദോശക്കല്ല് ഒരിക്കൽ വാങ്ങണ മെന്ന് ആലോചിച്ചതാണ്. അത് ഇത്രകാലമായിട്ടും സംഭവിച്ചിട്ടില്ല. അങ്ങനെ സംഭവിച്ചിരുന്നെങ്കിൽ ദോശയും അപ്പവുമൊക്കെ കണ്ണടച്ച് തുറ ക്കുംമുമ്പേ അട്ടിക്കണക്കിന് ചുട്ടുവെക്കാമായിരുന്നു.

ആദ്യത്തെ ദോശ പതിവുപോലെ കല്ലിൽ ഒട്ടിപ്പിടിച്ചു. എത്ര പ്രണയ പൂർവ്വം ഇളക്കിയിട്ടും അത് കൂടുതൽ കൂടുതൽ ഗാഢമായി ദോശക്ക ല്ലിനെ പ്രണയിക്കാനാണ് ശ്രമിച്ചത്. ചില ദോശകൾ അങ്ങനെയാണ്.

ചന്ദ്രിക നന്നായി എണ്ണപുരട്ടി. കല്ലിൽ ആവി പാറിത്തുടങ്ങി. മാവൊ ഴിച്ചു കാത്തുനിന്നു. ഭാഗ്യം! മഹാഭാഗ്യം...! ദോശ കല്ലിന്റെ നിഗൂഢ ശ്രമത്തെ പരാജയപ്പെടുത്തി കാവ്യാത്മകമായി തിരിഞ്ഞുവീണു. തീ കൂട്ടി വെച്ചതിനാൽ പെട്ടെന്ന് ഇരുപുറവും വെന്തു. അങ്ങനെ വെളിച്ചം കന ക്കുന്നതിനൊപ്പം കാസറോളിൽ ദോശ നിറഞ്ഞുകവിഞ്ഞു. പ്രഭാത ഭക്ഷ ണത്തിലെ നായക കഥാപാത്രം ഒരുങ്ങി കുട്ടപ്പനായി.

ഇനി ചമ്മന്തിയിലേക്കു പ്രവേശിക്കണം. മൂന്നുതരം ചമ്മന്തികൾ ഉണ്ടാക്കാൻ എങ്ങനെപോയാലും ഇരുപതു മിനിട്ടെടുക്കും. അതിനുമുമ്പ് ഒരു കട്ടൻ കാപ്പിയിട്ട് പത്തു മിനിട്ട് ജനാലയിലൂടെ പുറത്തേക്കു നോക്കി യിരുന്നാലോ എന്ന് ചന്ദ്രിക ചിന്തിച്ചെങ്കിലും അതുവേണ്ട, കുട്ടികൾ സ്കൂളിലും ഭർത്താവ് ഓഫീസിലും പോയിക്കഴിഞ്ഞാൽ സ്വസ്ഥമായി അത് ചെയ്യാമെന്നു തീരുമാനിച്ചു. പക്ഷേ, ഈ നേരത്ത് ഒരു ചൂടുകാപ്പി കുടിക്കുന്ന സുഖം പിന്നെ കിട്ടില്ലല്ലോ. ഇങ്ങനെ തോന്നിയതോടെ ചെറി യൊരു സ്റ്റീൽ പാത്രത്തിൽ ഒരു ഗ്ലാസ് വെള്ളം പെട്ടെന്നു തിളപ്പിച്ച് കാപ്പി പ്പൊടിയും പഞ്ചസാരയുമിട്ട് ഒന്നു രണ്ടു തവണ ആറ്റിയൊഴിച്ച് ടംബ്ലറി ലേക്ക് പകർന്ന് ചന്ദ്രിക ജനാലയ്ക്കരികെയുള്ള കസേരയിലേക്കിരുന്നു.

"അമ്മേ!" ചന്ദ്രിക ഭയപ്പാടോടെ വിളിച്ചു. കസേരയുടെ കൈയിൽ മുഴുമുഴുത്തൊരു പഴുതാര. തണുപ്പിൽ എങ്ങോട്ടു പോകണമെന്നറിയാതെ

സ്ഥലജലവിഭ്രാന്തിയിൽ അകപ്പെട്ടുനില്ക്കുകയാണ്. പ്രഭാതത്തിന്റെ സുഖം മുച്ചൂടും മുടിച്ചേനേ ഈ പഴുതാര. സംഗതി കടിവീണാൽ അസ്സ ഹനീയമായ വേദനയും നീർക്കോളുമാവും ഫലം. എന്തുതന്നെയായാലും ഈ പഴുതാരയെ വെറുതെ വിടരുത്. കൊച്ചുങ്ങളെ കടിച്ചാൽ നാല് ദിവ സമെങ്കിലും സ്കൂളിൽ പോകാൻ പറ്റില്ല. ഒരുത്തൻ പോയില്ലെങ്കിൽ അവളും പോകില്ല. അങ്ങനെ സംഭവിച്ചാൽ പകൽനേരത്ത് ഒരു നിമിഷം പോലും അവർ സമാധാനം തരില്ല. അതോർത്തപ്പോൾ ചന്ദ്രിക ചൂലെടു ത്തതാണ്. പക്ഷേ, അവസാന നിമിഷം താനോ കുട്ടികളോ അടുത്ത ജന്മ ത്തിൽ ഒരു പഴുതാരയായി ജനിച്ചാൽ, ഇതുപോലെ ഒരു കസേരക്കാ ലിൽ വന്നുപെട്ടാൽ എന്ന ചിന്ത ചന്ദ്രികയ്ക്കുണ്ടായി. പതുക്കെ ഒരു കടലാസുതുണ്ട് കൊണ്ട് പഴുതാരയെ തൊട്ടു. അത് സാവധാനം കടലാ സിലേക്ക് ഇഴഞ്ഞു കയറി. അധികം അനക്കാതെ ചന്ദ്രിക ആ കടലാസു കഷണത്തോടെ പഴുതാരയെ ഗൃഹാന്തർഭാഗത്തുനിന്നും പുറത്താക്കി. ശേഷം ആത്മസംതൃപ്തിയോടെ കാപ്പി കുടിച്ചു. ഊതേണ്ടി വന്നില്ല. അത്ര നേരംകൊണ്ട് ചൂട് നീരാവിയായി നിഷ്ക്രമിച്ചിരുന്നു.

മൂന്നു ചെറിയ സ്റ്റീൽപാത്രങ്ങൾ ചന്ദ്രിക നിരത്തിവെച്ചു. ഓരോന്നി ലേക്കും രണ്ടുവീതം ഉള്ളി പൊളിച്ചുവെച്ചു. ഫ്രിഡ്ജിൽനിന്നെടുത്ത തേങ്ങാമുറിയിൽനിന്നും ഓരോ കഷണം തേങ്ങാപ്പൂൾ. പിന്നെ അല്പം മുളകുപൊടിയും ഉപ്പും. മൂന്ന് നെല്ലിക്കകൾ ചെറിയ തുണ്ടുകളാക്കി. ശേഷം മിക്സിയുടെ ചെറിയ ജാർ എടുത്തു. നെല്ലിക്കയ്ക്കൊപ്പം ഇതി നകം നാലഞ്ച് കാന്താരി മുളകെടുത്ത് കഴുകിവെച്ചിരുന്നു. ആദ്യം മുകു ന്ദേട്ടനുള്ളത്. അതിലേക്ക് കാന്താരിമുളകും നെല്ലിക്കയുടെ പകുതിയും മറ്റ് സാധനങ്ങളും അരച്ച് ചൂണ്ടുവിരൽകൊണ്ട് ഒരു പ്ലെയ്റ്റിലേക്ക് തോണ്ടി യിട്ടു. പിന്നെ നകുലിന്. അവന് കാന്താരിമുളക് ഇഷ്ടമല്ല. അതിന്റെ എരി യുടെ മണമടിച്ചാൽ അവൻ ഭക്ഷണം കഴിക്കില്ല. സരയുവിന് നെല്ലിക്കയും ഇഷ്ടമല്ല. അവൾക്ക് അവളുടെ പാകത്തിൽ ചമ്മന്തി അരച്ചുരുട്ടി ഒരു ണ്ണിയപ്പത്തിന്റെ ആകൃതിയിലാക്കി ടിഫിൻ ബോക്സിൽവെച്ചു.

ഇനി പാലിലേക്ക് ഹോർലിക്സ് ഇടണം. നോക്കുമ്പോഴുണ്ട് ഹോർ ലിക്സ് കുപ്പിക്കുള്ളിലും പുറത്തുമാകെ ചോനൽ ഓടി നടക്കുന്നു. അവയെ കുടയാൻ ശ്രമിച്ചാൽ ഏതെങ്കിലുമൊരു വിരുതനായ ചോനൽ കണ്ണുവെട്ടിച്ച് ചുരിദാറിനുള്ളിൽ രക്ഷപ്രാപിക്കും. പിന്നതുണ്ടാക്കുന്ന ഇക്കിളിയും കുസൃതിയും സഹിക്കാനാവില്ല. ഒടുവിൽ താൻ ഗത്യന്തരമി ല്ലാതെ ഒരു കൊലപാതകം നടത്തേണ്ടിവരുമെന്നോർത്ത് ആ ശ്രമം ഉപേ ക്ഷിച്ചു.

പാൽ രണ്ടു പാത്രങ്ങളിലായി പകർന്നു. കുറച്ചു പാൽ മുകുന്ദേട്ടനും തനിക്കും ചായയുണ്ടാക്കാനായി ചന്ദ്രിക മാറ്റിവെച്ചു. ഇനി നകുലിന്റെയും സരയുവിന്റെയും ടൈംടേബിളുകൾ നോക്കി പുസ്തകങ്ങളും ബുക്കും പെൻസിലും പേനയും സ്കെയിലുമൊക്കെ അടുക്കിവയ്ക്കാനുള്ള ശ്രമ ത്തിലായി ചന്ദ്രിക. പതിവുശീലംകൊണ്ടു കൈവന്ന വേഗത്തിൽ അത്

നൊടിയിടയ്ക്കുള്ളിൽ അവസാനിപ്പിച്ചു. ഇരച്ചുവന്ന വയറിനെ അമർത്തി പ്പിടിച്ചുകൊണ്ട് ടോയ്‌ലറ്റിലേക്ക് ചന്ദ്രിക ഒരൊറ്റ ഓട്ടമായിരുന്നു. ഈ നേരത്ത് പതിവുപോലെ 'ആരാദ്യം പറയും...' എന്ന ഒ വി ഉഷ രചിച്ച ഗാനം ഇന്നും പാടിയിരുന്നു എന്ന് ചന്ദ്രിക ഓർത്തത് ടോയ്‌ലറ്റിൽനിന്നി റങ്ങി കൃതാർത്ഥതയോടെ നില്‌ക്കുമ്പോഴാണ്.

നകുൽ ഏഴുമണിക്ക് ഉണർന്നു. അവനെ ആരും വിളിക്കേണ്ടതില്ല. കണ്ണടച്ചു തുറക്കുംമുമ്പ് ദിനകൃത്യങ്ങൾ പൂർത്തിയാക്കി വസ്ത്രം ധരിച്ച് അവൻ ഭക്ഷണത്തിനെത്തി. ദോശയും അവന്റെ ചമ്മന്തിയും പാലും നല്‌കിയശേഷം ചന്ദ്രിക സരയുവിനെ വിളിച്ചുണർത്താൻ ശ്രമിച്ചു. അവൾ തിരിഞ്ഞും മറിഞ്ഞും കിടന്നതല്ലാതെ എത്ര വിളിച്ചിട്ടും കണ്ണുകൾ തുറ ന്നില്ല.

ഒടുവിൽ വിരൽത്തുമ്പിൽനിന്നും തണുത്ത വെള്ളമെറ്റിച്ചപ്പോഴാണ് ഞരങ്ങിയും മൂളിയും അവൾ ഉണർന്നുവന്നത്. പിന്നെ അധികം വൈകി ച്ചില്ല. സരയുവിനെ പല്ലുതേപ്പിച്ചു, കുളിപ്പിച്ച് തോർത്തി. യൂണിഫോമും ഇട്ടുകൊടുത്ത് ഡൈനിങ് ടേബിളിലെത്തിക്കാൻ കൃത്യം ഇരുപതു മിനി ട്ടെടുത്തു. ദോശയും എരികുറഞ്ഞ ചമ്മന്തിയും എടുത്തു നല്‌കി. ഉറക്ക പ്പിച്ചോടെയാണ് അവൾ ദോശ അകത്താക്കിയത്. പാലും കുടിപ്പിച്ച് സര യുവിന് സോക്സ് ഇട്ടുകൊടുത്തപ്പോഴാണ് ആകെ പൊടിപിടിച്ച രണ്ടു പേരുടെയും ഷൂ പോളിഷ് ചെയ്തിട്ടില്ല എന്ന കാര്യം ഓർത്തത്. പെട്ടെന്ന് ബ്രഷെടുത്ത് ഷൂ പോളിഷ് ചെയ്തു. അപ്പോഴേക്കും രണ്ടുപേരും ടൈയു മായി വന്നു ക്യൂനിന്നു. അതു കെട്ടിയശേഷം ഉച്ചത്തേക്കുള്ള ഭക്ഷണം ടിഫിൻ ബോക്സിൽ എടുത്തുവെച്ച് വാട്ടർബോട്ടിലും നിറച്ച് ബാഗിൽ വെച്ചുകൊടുത്തു.

ഗേറ്റിൽ സ്കൂൾ ബസിന്റെ ഹോൺ മുഴങ്ങി. ചന്ദ്രിക നകുലിന്റെയും സരയുവിന്റെയും കൈപിടിച്ചപ്പുറത്തേക്ക് ഓടി. "ടാറ്റ, അമ്മേ ടാറ്റ." ബസ് കണ്ണിൽനിന്നും മായുംവരെ സരയു പറഞ്ഞുകൊണ്ടിരുന്നു. ബസിലേക്കു കയറിയപ്പോൾത്തന്നെ നകുൽ അവന്റെ കൂട്ടുകാരുമായി കളിയിലേർപ്പെട്ടു. അവന് അല്ലെങ്കിലും കൂട്ടുകാരെക്കണ്ടാൽ കളിയോടു കളിതന്നെ. പക്ഷേ, സരയു അങ്ങനെയല്ല. അമ്മയുടെ സാരിത്തുമ്പിൽ തൂങ്ങി നടക്കാനാണ് അവൾക്കു കൗതുകം. ഇങ്ങനെയൊക്കെ ആലോചിച്ചുകൊണ്ട് ചന്ദ്രിക തുറന്നിട്ട വാതിലിലൂടെ വീടിനുള്ളിലേക്കു പ്രവേശിച്ചു. അപ്പോഴാണ് തലേന്നു രാത്രി സോഫയിൽ വന്നുകിടന്ന ഭർത്താവിനെ അവൾ ശ്രദ്ധി ച്ചത്. ദൈവമേ! ഇതെന്തൊരു കൂർക്കംവലിയാണ്. ഇത്ര ഭയാനകമായി കൂർക്കം വലിച്ചിട്ടും എന്തുകൊണ്ടാണ് ഇത്ര നേരമായിട്ടും ഈ ശരീരത്തെ താൻ കാണാതിരുന്നതെന്ന് ചന്ദ്രിക അത്ഭുതപ്പെട്ടു.

അരി കഴുകി അടുപ്പത്തിട്ടു. തിളച്ചുവരുംവരെയുള്ള സമയത്തിനു ള്ളിൽ ഇഞ്ചി ചതച്ചിട്ട് ചായയുണ്ടാക്കി,. രണ്ടു ഗ്ലാസിൽ പകർന്നു. ഒരു ഗ്ലാസുമായി ഭർത്താവിനരികിലേക്കു നടക്കാൻ തുടങ്ങുമ്പോഴുണ്ട് അരി തിളച്ചുതുവുന്നു. സ്റ്റൗ ഓഫാക്കിയശേഷം ചായയുമായി ചന്ദ്രിക മുകു

നേട്ടനരികെയെത്തി. മുകുന്ദേട്ടാ എന്നോ ചായയെന്നോ താൻ പറയും മുമ്പ് എന്തോ ദുസ്വപ്നം കണ്ടിട്ടെന്നപോലെ മുകുന്ദൻ ഞെട്ടിപ്പിടഞ്ഞ ണീറ്റു. സ്ഥലജലഭ്രമം സംഭവിച്ചതുപോലെ ചുറ്റുംനോക്കി. ഹൊ! കോട്ടു വായിട്ടപ്പോൾ മദ്യത്തിന്റെ ഖുമുഖുമാ എന്ന ഗന്ധം പുറത്തേക്കു വമിച്ചു. വെറുതെ എന്തെങ്കിലും പറഞ്ഞ് രംഗം വഷളാക്കേണ്ട എന്നു കരുതി സഹിച്ച നാറ്റത്തെ മറന്നുകൊണ്ട് മുഖത്തു നേരിയൊരു ചിരി വരുത്തി ക്കൊണ്ട് ചന്ദ്രിക മുകുന്ദനു നേരേ ചായ നീട്ടി:

"ദാ ഇഞ്ചി ചതച്ചിട്ട് ചായ."

ബാത്ത്റൂമിൽ നിന്നിറങ്ങിയ ഭർത്താവിന് യാതൊരു മിണ്ടാട്ടവുമു ണ്ടായിരുന്നില്ല. തലേന്നത്തെ കെട്ടുവിടാത്തതു കൊണ്ടാവണമെന്ന് ചന്ദ്രിക കരുതി. ജിമ്മിലേക്കാണു പോയതെന്ന് വസ്ത്രധാരണത്തിൽനിന്നു മനസ്സിലായി. വാതിൽ അകത്തുനിന്നും പൂട്ടിയ ചന്ദ്രിക മുഷിഞ്ഞ വസ്ത്ര ങ്ങളോരോന്നായി നിവർത്തി. ഭർത്താവിന്റെ ഷർട്ടിന്റെയും പാൻസിന്റെയും പോക്കറ്റിൽ നാണയങ്ങളൊന്നുമില്ല എന്നുറപ്പാക്കിയശേഷം നനയ്ക്കാൻ തുടങ്ങി. നനതീർന്നതും കോളിങ്ബെൽ അടിക്കുന്ന ശബ്ദം മുഴങ്ങി. മുകുന്ദേട്ടൻ വിയർപ്പോടെ അകത്തു പ്രവേശിച്ചു. ഫാൻ ഓൺ ചെയ്ത ശേഷം പത്രവുമായി കസേരയിൽ ചെന്നിരുന്നു. വിയർപ്പൊടുങ്ങിയപ്പോൾ കുളിമുറിയിൽ കയറി ഷവർ തുറന്നു. ഭക്ഷണം എടുത്തുവെക്കുമ്പോ ഴേക്കും കുളിച്ച് തേച്ചുവെച്ച വസ്ത്രം ധരിച്ച് ഭർത്താവ് തീൻമേശയി ലെത്തി. ഒരു ചായകുടി ഈ സമയത്ത് പതിവുശീലമാണ്. അതുണ്ടാക്കു ന്നതിനിടയിൽ എല്ലാ പ്രഭാതകൃത്യവും കഴിഞ്ഞ് ആൾ ഉന്മേഷവാനായി ഭക്ഷണം കാത്തിരിക്കുന്നതാണ് ചന്ദ്രിക കണ്ടത്. അഞ്ചുമിനിട്ടുകൊണ്ട് അഞ്ചാറുദോശ എരിവുള്ള കാന്താരിമുളകു ചമ്മന്തിയും കൂട്ടി അത്രയും അകത്താക്കി. ഏമ്പക്കം വിട്ടുകൊണ്ട് മുകുന്ദൻ ഔപചാരികമായ യാത്ര പറച്ചിലൊന്നുമില്ലാതെ താക്കോലുമെടുത്ത് പുറത്തേക്കു പോയി. ഇനി അഞ്ചരയ്ക്കാവും ആളിന്റെ വരവ്. അത്രയും നേരം ഒന്നു ഫോൺ വിളി ക്കുകപോലുമില്ല. ടെക്നോപാർക്കിൽ എന്താ ഇത്ര തിരക്കെന്നു ചോദി ക്കാനാകുമോ? അമേരിക്കൻ കമ്പനിയിലല്ലേ മുകുന്ദേട്ടനു ജോലി.

ചന്ദ്രിക രണ്ടു ദോശയും മൂന്നു പാത്രങ്ങളിൽ കോണിലും മൂലയ്ക്കും ബാക്കിവന്ന ചമ്മന്തിയും കഴിച്ചു. അപ്പോഴും ദേഹത്തുനിന്നും അലക്കു പൊടിയുടെ മണം അകന്നിരുന്നില്ല. വസ്ത്രം മാറും മുമ്പ് ഉച്ചയ്ക്കുള്ള ഭക്ഷണം ഒരുക്കണം. മൂന്നരയ്ക്ക് പിള്ളാരു വരുമ്പോൾ എന്തെങ്കിലും കൊടുക്കണമല്ലോ. രാത്രിയിൽ മുകുന്ദേട്ടൻ ബോധത്തോടെ വരികയാ ണെങ്കിൽ തൈരും ചോറും പതിവാണ്.

അരി കുക്കറിൽ വെന്തിരിപ്പുണ്ടാകും. കറികളാണ് ഇനി വേണ്ടത്. അതിനുമുമ്പ് അലക്കിയ തുണികൾ, അതു കുറെയുണ്ട്, പുറത്ത് അയ യിൽ വിരിച്ച് ക്ലിപ്പിടാനായി ചന്ദ്രിക ബക്കറ്റുമായി പുറത്തേക്കിറങ്ങി. അയ ലത്തെ വീട്ടിൽ അച്ഛനും അമ്മയും ഓഫീസിൽ പോയ നേരമാണ്. അവി ടേക്ക് ഒളിച്ചും പാത്തും കയറിപ്പോയ ചെരുപ്പക്കാരനെ ചന്ദ്രിക കണ്ടു.

പുതിയ വേലക്കാരിയെപ്പറ്റി ചില കിംവദന്തികൾ ചിലർ പറഞ്ഞത് ചന്ദ്രിക ഓർത്തു. 'വേലക്കാരിക്കുമുണ്ടല്ലോ മനുഷ്യ സഹജമായ ചില പൂതികൾ' എന്ന് ചിരിയോടുകൂടി ചിന്തിച്ചതല്ലാതെ ചെറുപ്പക്കാരന്റെ ശ്രദ്ധയിൽ താൻ ദുഃശകുനമാകാതിരിക്കാൻ ചന്ദ്രിക പരമാവധി ശ്രമിച്ചു.

തുണി വിരിച്ചുകഴിഞ്ഞു. ചന്ദ്രിക വീണ്ടും അടുക്കളയിലെത്തി. ഫ്രിഡ്ജിൽനിന്നും വള്ളിപ്പയർ എടുത്ത് കഴുകിവെച്ചു. ഉരുളക്കിഴങ്ങ് മെഴു ക്കുപുരട്ടിയാണ് ചോറിനൊപ്പം നകുലിനും സരയുവിനും പഥ്യം. പുളി ശ്ശേരി കൂടിയുണ്ടെങ്കിൽ അവർ കൃതാർത്ഥരാകും.

അതിനായുള്ള പ്രയത്നത്തിലായി ചന്ദ്രിക. ഒരു മൂളിപ്പാട്ടുപാടി ചന്ദ്രിക ഓരോ പണികളും ചിട്ടയോടെ തീർത്തുവെച്ചു. കൃത്യം ഒന്ന രയ്ക്ക് അടുക്കളയിൽനിന്നും ചന്ദ്രിക പുറത്തേക്കിറങ്ങി. അതിനുള്ളിൽ നാലോ അഞ്ചോ തവണ ലാൻഡ് ഫോൺ റിങ് ചെയ്തു. എടുത്തപ്പോ ഴൊക്കെ 'ജോലി ചെയ്യാൻ തയ്യാറാണെങ്കിൽ മാസാമാസം 25000 രൂപ സ്വന്തമാക്കാം' എന്ന ഓഫറുമായുള്ള വിളികളായിരുന്നു അവയൊക്കെ. ഉള്ള പണി തന്നെ ചെയ്യാൻ വയ്യാതിരിക്കുന്ന താൻ ഈർഷ്യയെയൊന്നും പ്രകടിപ്പിക്കാതെ മറുപടി പറഞ്ഞത് തന്റെ ഭൂമിയോളം സഹിക്കാനുള്ള ക്ഷമകൊണ്ടാണെന്ന് ചന്ദ്രിക അഭിമാനം കൊണ്ടു.

കുളിച്ചാലോ എന്ന ആലോചനയുമായി കുറെനേരം ചന്ദ്രിക വീടി നുള്ളിലൂടെ നടന്നു. പതിവുപോലെ അത് രാത്രിയിലേക്കു മാറ്റിവെച്ചു. കിടക്കയിൽ കിടന്ന് പത്രം തുറന്നു. മറഡോണയെക്കുറിച്ചുള്ള ലേഖനം വായിച്ചുതീരും മുന്നേ സ്വയമറിയാതെ ചന്ദ്രിക സുഖകരമായൊരു കാറ്റു വന്ന് തന്നെ പുതപ്പിച്ചുറക്കുന്നതായി അനുഭവിച്ചു. ഞെട്ടിപ്പിടഞ്ഞെണീ റ്റത് കോളിങ്ബെൽ കേട്ടുകൊണ്ടാണ്.

ദാ മുന്നിൽ നകുലും സരയുവും. ദേഹമാകെ രണ്ടുപേരും ചെളിയും വെള്ളവുമാക്കിയാണ് വരവ്. ബാഗ് കസേരയിലേക്കു വലിച്ചെറിഞ്ഞ് നകുൽ വസ്ത്രം മാറാൻ റൂമിലേക്കു പോയി. സരയുവിനെ കുളിപ്പിച്ച് വസ്ത്രം മാറ്റിക്കൊടുത്തു. രണ്ടു പേർക്കും തനിക്കും ഭക്ഷണം വിളമ്പി വെച്ചു. പതിവുപോലെ സരയു ചിണുങ്ങി.

"അമ്മ വാരിത്തരണം" അവൾ പറഞ്ഞു. തന്റെ ഭക്ഷണം അടച്ചു വെച്ച ശേഷം ചന്ദ്രിക സരയുവിനു വാരിക്കൊടുത്തു. ഉരുളക്കിഴങ്ങ് കഴി ക്കുമ്പോൾ അവളുടെ മുഖം ചന്ദ്രനെപ്പോലെ തിളങ്ങുന്നത് സായുജ്യ ത്തോടെ ചന്ദ്രിക കണ്ടു.

ഭക്ഷണം കഴിച്ചശേഷം ചന്ദ്രിക സിങ്കിൽ നിറഞ്ഞുകിടന്ന പാത്രങ്ങൾ ഓരോന്നായി കഴുകിവെച്ചു. അപ്പോഴേക്കും നകുലിനും സരയുവിനും ട്യൂഷനുപോകാനുള്ള സമയമായി. വൃത്തിയുള്ളൊരു ചുരിദാർ എടുത്ത ണിഞ്ഞ് മക്കളെയും കൊണ്ട് ചന്ദ്രിക കണക്കും ഇംഗ്ലീഷും ട്യൂഷന് പുറ പ്പെട്ടു.

കണക്കു ട്യൂഷൻ നടക്കുമ്പോൾ ചന്ദ്രിക തൊട്ടടുത്തുള്ള പലചരക്കു കടയിൽനിന്നും പലവ്യഞ്ജനങ്ങൾ വാങ്ങി വന്നു. ഇംഗ്ലീഷ് ട്യൂഷൻ സമ

യത്ത് പച്ചക്കറിയും പാലും വാങ്ങിവെച്ചു. ശേഷം ഒരു ഓട്ടോറിക്ഷയിൽ മക്കളെയും കൂട്ടി വീട്ടിലെത്തി. "ഇനി ഹോംവർക്കു ചെയ്യെന്റെ മക്കളേ" ചന്ദ്രിക നകുലിനോടും സരയുവിനോടും പറഞ്ഞു. അവർ പുസ്തകം വലിച്ചെറിഞ്ഞ് ടി വി ഓണാക്കി കാർട്ടൂൺ നെറ്റ്‌വർക്കും പോഗോയും മാറിമാറി കാണാൻ തുടങ്ങി. അരമണിക്കൂർ കാണട്ടെ, അതിനുശേഷം സ്വിച്ച് ഓഫാക്കാം എന്നു നിശ്ചയിച്ച് അത്രയും സമയംകൊണ്ട് ചന്ദ്രിക ചൂലെടുത്ത് വീടാകെയൊന്ന് ഓടിച്ചു തൂത്തുവാരി വെടിപ്പാക്കി. പിന്നീട് പൂജാമുറിയിലെത്തി നിലവിളക്കൊരുക്കി വെച്ചു.

ബാഗിൽനിന്നും നകുലിന്റെയും സരയുവിന്റെയും പുസ്തകങ്ങളെ ടുത്ത് സ്റ്റഡി ടേബിളിൽ വെച്ചുകൊടുത്തു. രണ്ടു പേരോടും ഹോംവർക്ക് ചെയ്തുവയ്ക്കാൻ അല്പം കർശനമായി പറഞ്ഞ് ചന്ദ്രിക ടി വി ഓഫാക്കി. കുട്ടികൾ ഫ്രിഡ്ജിനു മേലിരിക്കുന്ന ചെമ്പരത്തിക്കമ്പിലേക്കു നോക്കിയശേഷം ഗൃഹപാഠങ്ങൾ ചെയ്യുന്നത് അല്പനേരം ചന്ദ്രിക ശ്രദ്ധിച്ചു.

ഹാ! തണുത്തവെള്ളം നഗ്നശരീരത്തേക്കു വീണപ്പോൾ എന്തൊരു സുഖം. തണുപ്പിൽ തണുപ്പിനൊരു പ്രത്യേക സുഖമാണെന്ന് ചന്ദ്രികയ്ക്കു തോന്നി. ഒരു മൂളിപ്പാട്ടു പാടിക്കൊണ്ടാണ് കുളിക്കാറ്. അപ്പോഴും പതിവു തെറ്റാതെ ചന്ദ്രിക ഇഷ്ടഗായികയായ ലതാ മങ്കേഷ്കറിന്റെ ഒരു ഗാനം പതിഞ്ഞ സ്ഥായിയിൽ മൂളിക്കൊണ്ടാണ് കുളി അവസാനിപ്പിച്ചത്, തോർത്ത് പിഴിഞ്ഞു കുടഞ്ഞതും. ഇത്രയും കഴിഞ്ഞശേഷം മുറിയിലേ ക്കിറങ്ങി ഫാനിട്ടു. നനഞ്ഞ ശരീരത്തുകൂടി കാറ്റ് ഇഴഞ്ഞു കയറി.

അലമാര തുറന്നു. ദാ ഓടിമറയുന്ന പാറ്റകൾ. അവർ അലക്കിവെച്ച തുണികൾക്കിടയിൽ അപ്രത്യക്ഷരായി. അടുത്ത ഞായറാഴ്ച ഇവറ്റകളെ കുടിയിറക്കണമെന്നു തീരുമാനിച്ചശേഷം തൂവെള്ള നിറമുള്ള നൈറ്റിയെ ടുത്തു ധരിച്ചു. കണ്ണാടിക്കുമുന്നിൽ നില്ക്കുമ്പോൾ എവിടെയോ കണ്ട ഒരു കന്യാസ്ത്രീയുടെ മുഖമാണ് തന്റേതെന്ന് ചന്ദ്രിക ഓർത്തു. ദേഹ ത്താകെ പൗഡറിട്ടശേഷമാണ് വസ്ത്രം അണിഞ്ഞത്. അതുകൊണ്ടു തന്നെ തനിക്കുതന്നെ മണക്കുന്നതായി ചന്ദ്രികയ്ക്ക് തോന്നി.

നിലവിളക്ക് കത്തിച്ചു. ചന്ദനത്തിരിയും. കർപ്പൂരം കത്തിച്ച് ദൈവ ചിത്രങ്ങളെ ഉഴിഞ്ഞശേഷം മക്കൾക്കു മുന്നിലെത്തി. അവർ 'സ്വാഹ' എന്നു പറഞ്ഞുകൊണ്ടാണ് ഓരോ ദിവസവും കർപ്പൂരത്തെ അഭിമുഖീ കരിച്ചത്. സരയു കർപ്പൂരത്തിൽ തൊടാൻ ശ്രമിച്ചു. 'കൈ പൊള്ളും' എന്നു പറഞ്ഞുകൊണ്ട് ചന്ദ്രിക കർപ്പൂരം തിരികെ യഥാസ്ഥാനത്തുവെച്ചു.

ഇന്നെന്താണ് ഇത്രനേരമായിട്ടും മുകുന്ദേട്ടൻ വരാത്തത്? ചന്ദ്രിക അപ്പോഴാണ് അതേക്കുറിച്ചാലോചിച്ചത്. പെട്ടെന്ന് ലാൻഡ് ഫോൺ റിങ് ചെയ്തു. നകുലാണ് ഫോണെടുത്തത്. മറുപുറത്ത് അവന്റെ അച്ഛനാ ണെന്ന് മനസ്സിലായി.

"ശരി അച്ഛാ, ഞാൻ വിളിച്ചോളാം." പരിപക്വതയോടെ നകുൽ മറു പടി പറഞ്ഞു. ശേഷം മറ്റൊരു നമ്പർ അവൻ ഡയൽ ചെയ്തു.

"ഒരു തണ്ടൂരി, ഒരു ചിക്കൻ ടിക്ക, നാല് ചപ്പാത്തി." അവൻ അമ്മയെ നോക്കി.

"ഐസ്ക്രീം?"

"വേണ്ട." ചന്ദ്രിക ഗൗരവത്തിൽ പറഞ്ഞു.

"ശരി അങ്കിൾ" എന്നു പറഞ്ഞ് അവൻ ഫോൺവെച്ചു. നകുലിന്റെ ശബ്ദം ഇപ്പോൾ അവർക്കു സുപരിചിതമാണ്. വീടെവിടെന്നോ, നമ്പ രെത്രയെന്നോ അവനോട് ഇപ്പോൾ അവർ ചോദിക്കാറില്ല.

കുട്ടികളെ ഗൃഹപാഠം ചെയ്യിച്ചും പഠിപ്പിച്ചും ഇരുന്നപ്പോൾ ദേഹ മാകെ എന്തോ ഒരു വേദന അരിച്ചു നടക്കുന്നത് ചന്ദ്രിക അറിഞ്ഞു. പതി വുള്ളതാണത്. എണീറ്റ് മുറിയിലൂടെ നാലഞ്ചുതവണ നടന്നപ്പോൾ അതങ്ങ് മാറി. അപ്പോഴാണ് ചന്ദ്രിക ക്ലോക്കിലേക്കു നോക്കിയത്. സമയം ഒമ്പതാകുന്നു. ഇതേസമയത്ത് വാതിലിൽ ആരോ തട്ടിവിളിച്ചു. തുറക്കു മ്പോഴുണ്ട് ഭക്ഷണവുമായി ഹോം ഡെലിവറി ചെയ്യാനെത്തിയ ചെറുപ്പ ക്കാരൻ. അയാൾ നല്കിയ ബില്ലിൽ നകുൽ ഒപ്പിട്ടു നല്കി. മാസാമാസം മുകുന്ദേട്ടൻ ചെന്ന് ബില്ലൊടുക്കുകയാണ് രീതി.

"ടൈംടേബിളിൽ എടുത്തുവയ്ക്ക്" പതിവു പല്ലവിയാണ്. നകുലും സരയുവും ഭക്ഷണം വന്നതോടെ പുസ്തകം വലിച്ചെറിഞ്ഞ് തീൻമേശ യിലേക്കോടി. ചന്ദ്രിക അവർക്കു ഭക്ഷണം രണ്ടായി പകുത്തുനല്കി. "ഞാൻ വൈകും നീ ഭക്ഷണം കഴിച്ച് കിടന്നോ" എന്ന് ഫോൺ വെക്കും മുമ്പ് മുകുന്ദേട്ടൻ പറഞ്ഞകാര്യം അപ്പോഴാണ് ചന്ദ്രിക ഓർത്തത്. കുറച്ചു ചോറും, ഉച്ചയ്ക്ക് അധികം വന്ന പുളിശ്ശേരിയും ലേശം അച്ചാറുംകൂട്ടി ചന്ദ്രിക ഭക്ഷണം കഴിച്ചു.

താൻ കഴിച്ച പാത്രം അപ്പോൾത്തന്നെ കഴുകിവെച്ചു. നകുലിനോടും സരയുവിനോടും പലതവണ വേഗം കഴിക്കാൻ പറഞ്ഞത് ഭാഗ്യത്തിന് അന്നവർ അനുസരിച്ചു. പല്ലുതേച്ച്, മൂത്രമൊഴിച്ച്, പ്രാർത്ഥിച്ച് അവർ കിട ന്നു. അവരുടെ പാത്രവും കഴുകിവെച്ചശേഷം ചന്ദ്രിക സരയുവിനരികെ ചെന്നുകിടന്നു. അവൾ ചെരിഞ്ഞ് അമ്മയെ കെട്ടിപ്പിടിച്ച് കാലെടുത്ത് ദേഹത്തേക്കുവെച്ച് സുഖമായി എത്ര പെട്ടെന്നാണ് ഉറങ്ങിയത്. നകുലും നല്ല ഉറക്കത്തിലായിരിക്കുന്നു. ചന്ദ്രിക പതുക്കെ കിടക്കയിൽ നിന്നെണീ റ്റു. 'സമയമെന്തായി?' ചന്ദ്രിക സ്വയം ചോദിച്ചു. ഡ്രോയിങ് റൂമിലെ ലൈറ്റിട്ട് സമയം നോക്കി. പതിനൊന്നേമുക്കാലാകുന്നു.

പുറത്തേക്കുള്ള വാതിൽ കുറ്റിയിട്ടോ എന്ന് ഒരിക്കൽക്കൂടി ഉറപ്പാക്കി യശേഷം ചന്ദ്രിക ഉപയോഗിക്കാതെ കിടക്കുന്ന കിടപ്പുമുറിയിലെ ലൈറ്റിട്ടു. മുറിയിൽ വല്ലാത്തൊരു ശ്വാസംമുട്ടൽ.

ലൈറ്റ് ഓഫാക്കിയശേഷം ആ മുറിയുടെ ജനാലകൾ കുറച്ചുനേരം തുറന്നിട്ടു. ഫാനിട്ടതോടെ മുറിയിൽ തണുപ്പ് ഇരച്ചെത്തി. കെട്ടിക്കിടന്ന വായു ജനാലയിലൂടെ പുറത്തേക്കു പോയി എന്നു തോന്നിയതോടെ ജനാ ലകൾ അടച്ചു.

ആ മുറിയിലെ കിടക്കയിൽ ചന്ദ്രിക പുതിയ വിരി നിവർത്തി. പുത്തൻ

മണം മാറാത്തതായിരുന്നു അത്. ശേഷം ഒരു തലയിണയ്ക്കുമേൽ മറ്റൊരു തലയിണവെച്ചു. വാതിൽ പകുതിമാത്രം ചാരുംമുമ്പ് നകുലും സരയുവും നല്ല ഉറക്കത്തിലാണെന്ന് ഒരിക്കൽക്കൂടി ഉറപ്പാക്കി.

ഒരു ഗ്ലാസ് തണുത്തവെള്ളം ചന്ദ്രിക കുടിച്ചു. പിന്നീട് പതുക്കെ നടന്നുചെന്ന് പുതിയ വിരിപ്പുള്ള കിടക്കയിലേക്ക് ചാഞ്ഞു. കുറെനേരം കണ്ണുകളടച്ചു കിടന്നപ്പോൾ തണുപ്പ് വല്ലാതെ തന്റെ ശരീരത്തെ അള്ളി പ്പിടിക്കുന്നതായി തോന്നി.

നെഞ്ചിൽനിന്നും വലതുകൈ പതുക്കെ താഴേക്ക് ഉഴിഞ്ഞു. വയറി ലൂടെ അരക്കെട്ടിലൂടെ അത് താഴേക്ക്. വളരെ പതുക്കെ നൈറ്റിക്കുള്ളി ലൂടെ തന്റെ വിരലുകൾ തീച്ചില്ലപോലെ സഞ്ചരിക്കുന്നത് ചന്ദ്രിക അനു ഭവിച്ചു.

അപ്പോൾ 'ഒരു പൂ വിരിയുന്ന സുഖമറിഞ്ഞു' എന്ന പാട്ട് താൻ പാടിയതായി ചന്ദ്രിക ഓർത്തത് വാതിലിൽ മുട്ടുകേട്ടപ്പോൾ മാത്രം.

നാണത്തോടെ ചന്ദ്രിക വാതിൽ തുറന്നു. അപ്പോൾ വാതിലിൽ ആരോ മുട്ടി എന്നത് തന്റെ തോന്നൽ മാത്രമായിരുന്നെന്ന് ചന്ദ്രിക ഒരു ഭയപ്പാടോടെ മനസ്സിലാക്കി. ഇരുട്ടിൽ ഇലയനക്കം മാത്രം.

വാതിൽ തുറന്നിട്ടുകൊണ്ട് ചന്ദ്രിക അങ്ങനെ നിന്നു.

കാറ്റ് രാത്രി വസ്ത്രത്തിൽ ചുഴലി സൃഷ്ടിച്ചു.

ചുഴലിയിൽനിന്നും ആരോ ചുരികയെറിയുന്നതായി ചന്ദ്രികയ്ക്കു തോന്നി.

ചുരികയിൽ രക്തം പൊടിക്കുന്നതായും.

(സമകാലിക മലയാളം)

മെഴുക്കു പുരണ്ട കസേര

മോഹൻദാസ് വാതിലിന്റെ സാക്ഷ നീക്കി. നനഞ്ഞ വസ്ത്രങ്ങ
ളുടെ കനച്ച മണം മുറിയിൽ. പതുക്കെ നടന്ന് വൃക്ഷലതാദികൾ നിറഞ്ഞ
പടിഞ്ഞാറുപുറത്തേക്കുള്ള ജനാല തുറന്നിട്ടു. മുറ്റമാകെ പരന്നുകിടക്കുന്ന
ഇലകളും മരച്ചില്ലകളും തൂത്തുകൂട്ടി, വാരി, കുപ്പയിലേക്കിട്ടുകൊണ്ടിരി
ക്കുന്ന ഭാര്യ. അവളുടെ ശരീരം ഉഷ്ണത്തിൽ വിയർക്കുന്നുണ്ടെന്ന് ദൂരെ
നിന്നുതന്നെ അറിയാം. ഇടയ്ക്കിടെ അവൾ തേക്കിന്റെ ഇലകളെടുത്തു
വീശി ചൂടിൽനിന്നും താല്ക്കാലിക ശമനം നേടാൻ ശ്രമിക്കുന്നുണ്ട്. കാല്
പാദത്തിൽ വന്നു മുഖം മുട്ടിച്ച മുയൽക്കുട്ടിയെ തലോടിയശേഷം അവൾ
കിണറ്റുകരയിൽനിന്ന ചെടികളെ നനയ്ക്കാൻ തുടങ്ങി. ചെടികളിൽ
നിന്നും ഉറുമ്പുകൾ കൈവിരലിലൂടെ ഓടിക്കയറി. അവൾ ഉറുമ്പുകളെ
എറ്റി നിലത്തേക്കിട്ടു. മോഹൻദാസ്, ഭാര്യയുടെ തിരക്കിട്ട ജീവിത
വൃത്തത്തെ ശ്രദ്ധിച്ചു. ഒരിടത്തും വെറുതെയിരുന്ന സമയം നഷ്ടപ്പെടു
ത്തുന്നില്ല എന്നതാണ് അവളുടെ സവിശേഷത. പുലർച്ചെ ഉണർന്നെണീ
റ്റാൽ രാപ്പകുതിയിലുറങ്ങുംവരെ എപ്പോഴും തനിക്കെന്തൊക്കെയോ
ചെയ്തു തീർക്കാനുണ്ടെന്ന മട്ടിലാണ് അവളുടെ ദിനചര്യകൾ. അതു
കൊണ്ടുതന്നെ സാധാരണ ഭാര്യമാരിൽനിന്നു കേൾക്കാറുള്ള മുഷിപ്പൻ
സംഭാഷണങ്ങൾ അവളിൽനിന്നും കേൾക്കാറേയില്ല. ആവലാതികളോ
അസഹിഷ്ണുതയോ ഇല്ല.

മോഹൻദാസ് ജനാലയിലൂടെ ഭാര്യയെ നോക്കിനിന്നു. റോസാ
ദലങ്ങൾ നിലത്തുനിന്ന് പെറുക്കി മണപ്പിച്ചശേഷം അവ അതിന്റെ മൂട്ടി
ലേക്കുതന്നെ അവൾ നിക്ഷേപിച്ചു. അതിനുശേഷം തിരിയുമ്പോഴാണ്
മോഹൻദാസിനെ ഭാര്യ കാണുന്നത്. പതുക്കെ നടന്ന് ജനാലയ്ക്കലെ
ത്തിയ ഭാര്യ മോഹൻദാസിനെ നോക്കി ചിരിച്ചു.

"കാപ്പിക്കു നേരമായയോ?" ഭാര്യ.

ആ നേരത്ത് ഒരു കാപ്പി കുടിക്കണമെന്ന തോന്നൽ ഇല്ലായിരുന്നു. എന്നിട്ടും മോഹൻദാസ് കണ്ണുകൾ തിരുമ്മി.

"തിരക്കു കഴിഞ്ഞിട്ടു മതി."

ഒരു ചെറിയ ചിരിയോടെ ഭാര്യ വരാന്തയിലൂടെ അടുക്കളയിലേക്കു കയറി. മോഹൻദാസ് തന്റെയും മറ്റുള്ളവരുടെയും ജീവിതത്തെക്കുറിച്ചു തന്നെ വീണ്ടും ചിലതൊക്കെ ആലോചിച്ചു. വെയിലുരുകി വീഴുന്ന മുറ്റം. ഇടയ്ക്ക് ഉഷ്ണക്കാറ്റ് ജീവജാലങ്ങളുടെ പൊള്ളിയ ഗന്ധവുമായി കടന്നു പോകുന്നു. പതിവില്ലാത്ത കാലാവസ്ഥ യാതൊരു ദയയുമില്ലാതെ ഭൂമിയെ തിണർപ്പിക്കുകയാണ്. എന്തൊക്കെയോ ഓർമ്മപ്പെടുത്തുന്ന ഋതുവ്യതി യാനങ്ങൾ. ഇങ്ങനെ ഭാര്യ നടന്നകന്നതിനുശേഷമുള്ള ഇടവേളയിൽ ചില തൊക്കെ മോഹൻദാസ് ആലോചിച്ചു. ആലോചിക്കാനൊന്നുമില്ലാത്തപ്പോ ഴാണ് തന്റെ മനസ്സ് കൂടുതൽ കൂടുതൽ അസ്വസ്ഥമാകുന്നതെന്ന് മോഹൻ ദാസ് ഓർത്തു.

എപ്പോഴും പ്രസന്നമായ ചില ഓർമ്മകളെ അരികിലേക്കു വിളിക്കണ മെന്നൊക്കെ കരുതും. എന്നാൽ പരസ്പരപൂരകമല്ലാത്ത ഓരോ ഓർമ്മ കൾവന്ന് മേഘംപോലെ ഉരുണ്ടുകൂടും. അവയുടെ കെട്ടുകളും കുരുക്കു കളുമഴിച്ച് അങ്ങനെ ഇരിക്കുന്നതൊരു രസം തന്നെയാണ്. വിശേഷിച്ച് ദീർഘദൂര യാത്രകൾ കഴിഞ്ഞുവരുന്ന സമയത്ത്. അവസാന യാത്രക ളിൽ കണ്ടുമുട്ടുന്ന മനുഷ്യരെയും നേരിടുന്ന അനുഭവങ്ങളെയുമൊക്കെ മറക്കുക. എന്നിട്ട് അതിനൊക്കെ മുമ്പുകണ്ട ഏതെങ്കിലും ഒരാളെക്കു റിച്ചോ ജീവിതസന്ധികളെക്കുറിച്ചോ ഓർത്തുകൊണ്ടിരിക്കുക. മനസ്സ് കലങ്ങിമറിയാതിരിക്കാനുള്ള ഒരു പോംവഴി.

ഈ നേരത്ത് ഭാര്യ ചൂടുകാപ്പിയുമായി മുറിയിലേക്കു വന്നു. വെയിൽ കൊണ്ടുനിന്നു മുറ്റമടിച്ചതിനാൽ വസ്ത്രത്തിന്റെ പുറത്തേക്കു വിയർപ്പു നനഞ്ഞു പടർന്നിരുന്നു. നെറ്റിയിലെ വിയർപ്പുതുള്ളികൾ അയയിൽനിന്നു മെടുത്ത മഞ്ഞനിറമുള്ള തുണികൊണ്ട് ഭാര്യ ഒപ്പിമാറ്റി. കാപ്പി രുചിക്കും മുമ്പ് അതിൽ നിന്നുവന്ന സുഗന്ധത്തെ മോഹൻദാസ് ഗാഢമായി ആസ്വ ദിച്ചു. ഒരുപക്ഷേ, ജീവിതത്തിലൊരിക്കലും അറിഞ്ഞിട്ടില്ലാത്ത ഒരു മണ മാണ് കാപ്പിയിൽനിന്നും ആ നേരത്തു പുറപ്പെട്ടത്. അതു വീണ്ടും വീണ്ടും അകത്തേക്കെടുത്തുകൊണ്ട് മോഹൻദാസ് ഭാര്യയെ ആപാദചൂഡമൊന്നു നോക്കി. ജനൽപ്പടിയിൽ വെച്ചിരുന്ന മരുന്നുകുപ്പികളിലെ പൊടി തുടച്ചു കൊണ്ട് നിൽക്കുകയാണ് അവൾ. മോഹൻദാസ് കാപ്പി ജനൽപ്പടിയിൽ വെച്ചു. കാപ്പിയുടെ മണത്തിൽനിന്നും ഭാര്യയുടെ മണത്തിലേക്ക് ഭർത്താ വായ മോഹൻദാസ് മുഖം തിരിച്ചു.

ശരീരം ചില ഉന്മേഷങ്ങളെ തിരിച്ചുവിളിക്കുന്നതിനായി മോഹൻദാ സിനു തോന്നി. നിലത്തു വീണുകിടക്കുന്ന കിടക്കവിരി ചുരുട്ടി മെത്ത ക്കടിയിലേക്കു വയ്ക്കുകയായിരുന്നു ഭാര്യ. ഞൊറിവുള്ള വയറിൽനിന്നും സാരി ഊർന്നു മാറിയതോടെ മോഹൻദാസിന്റെ മനസ്സ് പെട്ടെന്നു പഴുത്ത

ചെമ്പുപാത്രം പോലെയായി. ഒട്ടും പ്രതീക്ഷിക്കാതെയുള്ള മോഹൻദാ സിന്റെ കടന്നു കയറ്റത്തെ ഭാര്യ പതിവുപോലെ ആദ്യം ചെറുത്തുതോ ല്പിക്കാൻ ശ്രമിച്ചു. ഭാര്യയുടെ വടിവും വഴക്കവുമുള്ള ശരീരത്തെ സ്വന്തം ശരീരത്തേക്കു ചേർത്തുനിർത്തിയ മോഹൻദാസ് ഒരു കൈക്കൊണ്ട് സാക്ഷയിട്ടു. ഒന്നും സംഭവിക്കില്ല എന്നു കരുതി ഭാര്യ മോഹൻദാസിന്റെ കൈക്കുള്ളിൽ ഒതുങ്ങിനിന്നു. മക്കൾ മൂന്നുപേരും സ്കൂൾ വിട്ടുവരും മുമ്പ് ചെയ്തുതീർക്കാനുള്ള നൂറുകൂട്ടം കാര്യങ്ങളുണ്ട്. കുട്ടികളുടെ സ്കൂൾ യൂണിഫോം നനച്ച് ഇസ്തിരിയിടാൻ നേരമില്ലാത്തതുകൊണ്ട് മെത്തയ്ക്കടിയിൽ മടക്കിവച്ചിരിക്കുകയാണ്. അവിടേക്കാണ് മോഹൻ ദാസ് ഭാര്യയെ പിടിച്ചിരുത്തിയത്. ആദ്യനാൾ മുതൽ മോഹൻദാസിന്റെ ആയങ്ങളിലേക്കു വഴങ്ങുന്നതായിരുന്നു ഭാര്യ എന്ന നിലയിലുള്ള കർ ത്തവ്യം.

     ഭർത്താവിൽ പെട്ടെന്നു സംഭവിച്ച മാറ്റങ്ങളെ ഭാര്യ ഏതു തരത്തി ലാവും നിരീക്ഷിക്കുക? ഇങ്ങനെയൊരു ആലോചന മോഹൻദാസിന്റെ മനസ്സിലൂടെ കടന്നുപോയി. എന്നാൽ അതിനെത്തുടർന്നു വരാവുന്ന ചിന്ത മനസ്സിലേക്കു കടന്നുവരും മുന്നേ കിടക്കയിലെ ചുളിവുകൾ ഒട്ടുമില്ലാത്ത ഭാഗങ്ങളിൽ ചുളിവു വീണു.

     ചില നേരങ്ങളിൽ യാതൊരു മുന്നൊരുക്കവുമില്ലാതെ മരങ്ങളിൽ കാറ്റ് നിലംകുത്തി പെരുകാറുണ്ട്. കടൽ, നോക്കിനില്ക്കുമ്പോഴാകും ഇര മ്പലോടെ കരപ്രദേശങ്ങളെ നക്കിയുണർത്തുന്നതും ഉറക്കുന്നതും. ദാമ്പ ത്യത്തിലും ഇങ്ങനെയൊക്കെ സംഭവിക്കുമെന്ന് മോഹൻദാസിന് തോന്നി. ചിലപ്പോഴൊക്കെ ശരീരം ക്ഷീണംകൊണ്ട് തളരും. എങ്ങനെയെങ്കിലും കിടക്കയിലെത്തി പുതച്ചുമൂടി കിടന്നുറങ്ങണമെന്നു വിചാരിക്കും. എന്നാൽ എല്ലാ പൂർവ്വ നിശ്ചയങ്ങളെയും കാറ്റിൽ പറത്തിവിട്ട് ഒരു പ്രത്യേക നിമിഷത്തിൽ ശരീരം ഒരു പക്ഷിയെപ്പോലെ ചിറകുവിടർത്തി പറന്നുതുടങ്ങും. ആദ്യമൊക്കെ എന്തിലേക്കാണ് തന്റെ ശരീരം കടന്നു പോകുന്നതെന്ന് സ്വയം നിർണ്ണയിക്കാനായെന്നുവരില്ല.

     ഏറെ കഴിയുംമുമ്പ് ശരീരം മറ്റൊരു ശരീരത്തിന്റെ പ്രസരണശേഷി അനുഭവിക്കും. അവിടെ തിളച്ചുപൊന്തിയും ഇരമ്പിപ്പിടിച്ചും സ്വയം ശാന്ത മാകും. അങ്ങനെയൊരു സന്ദർഭത്തിലേക്കാണ് തന്റെ ശരീരം ഈ സമ യത്തും യാത്രയാകുന്നതെന്ന് മോഹൻദാസ് തിരിച്ചറിഞ്ഞു. ഭാര്യയെ ചുഴ ലിയിൽ സ്വയം കുരുക്കി മോഹൻദാസ് ബഹിരാകാശ സഞ്ചാരം നടത്തി. സുഖസുഷുപ്തിയിലേക്കു വീണതും പുറത്തെന്തോ ശബ്ദംകേട്ട് ഞെട്ടി യുണർന്നതുമൊക്കെ പെട്ടെന്നായിരുന്നു; വളരെ പെട്ടെന്ന്.

     ആരോ ഓടിവരുന്ന ശബ്ദം. ഒരാളല്ല ഒരുപാടു പേർ. ആഗതർ തന്റെ വീടിനുള്ളിലേക്കു പ്രവേശിക്കുകയും അവരിൽ ചിലരൊക്കെ ഭാര്യയെയും തന്നെയും പേരു പറഞ്ഞു വിളിക്കുകയും ചെയ്തു. നഗ്നതയുടെ നനഞ്ഞ ശരീരങ്ങളെ വേർപെടുത്തി മോഹൻദാസും ഭാര്യയും കിടക്കയിൽനിന്നും പിടഞ്ഞെണീറ്റു. അവർ തിടുക്കത്തിൽ വസ്ത്രം ധരിച്ചു. എന്താണ്

പുറത്തു സംഭവിച്ചതെന്നു മനസ്സിലായില്ല. ജാലകം പകുതി തുറന്നുനോ
ക്കുമ്പോഴുണ്ട് പ്രധാന വഴിയിലൂടെ അയൽക്കാരിൽ ചിലരൊക്കെ അക
ത്തേക്കു കയറി വരുന്നു. അതിലേറെ ആളുകൾ പുറംവഴിയിൽനിന്നും
അകത്തേക്കു നോക്കി നില്ക്കുന്നുണ്ട്.

കിടപ്പുമുറിയിൽനിന്നും അടുക്കളയിലേക്കു പോകാൻ അകത്തുകൂടി
ഒരു വഴിയുണ്ട്. അഴിഞ്ഞുലഞ്ഞ മുടി വാരിക്കെട്ടിക്കൊണ്ട് ഭാര്യ അതുവഴി
നടന്നു. അവൾ അതുവഴി പോയി അടുക്കളഭാഗത്തുകൂടി മുറ്റത്തേ
ക്കിറങ്ങും. സ്വാഭാവികമായും താൻ കുളിമുറിയിലോ മറ്റോ ആയിരുന്നെന്നു
നുണ പറയും. എന്നാൽ നാട്ടുകാരോട് താനെന്തു പറയും?

ഒരു നുണയും പറയേണ്ടിവന്നില്ല. മുറിയിൽനിന്നും ചുറ്റുവരാന്തയി
ലേക്കിറങ്ങി നേരെ അച്ഛന്റെ മുറിയിലേക്കു നടന്നു. വാതില്ക്കൽ തന്നെ
യുണ്ട് തൊട്ടയലത്തു താമസിക്കുന്ന ചേട്ടനും ചേച്ചിയും. താൻ യാത്ര
കഴിഞ്ഞു തിരിച്ചെത്തിയ ശേഷമാണ് ചേട്ടൻ തറവാട്ടിൽനിന്നും സ്വന്തം
വീട്ടിലേക്കു പോയത്. അച്ഛന് രാത്രിഭക്ഷണവും മരുന്നും നല്കിയശേഷം
പുലർച്ചെ തൊട്ടുള്ള മരുന്നിന്റെയും ഭക്ഷണത്തിന്റെയും സമയവും
കണക്കും രണ്ടു മൂന്നാവർത്തി തന്നെ ഓർമ്മിപ്പിച്ചിട്ടാണ് ഏട്ടൻ പടിയിറ
ങ്ങിയത്.

മോഹൻദാസ് ചേട്ടന്റെയും ചേച്ചിയുടെയും മുഖത്തേക്കു നോക്കി.
അവരുടെ ചുവന്നു കലങ്ങിയ കണ്ണുകൾ. ചിലരൊക്കെ പുറത്തേക്കോടു
കയും തിരികെയെത്തി അച്ഛന്റെ കിടക്കയ്ക്കു ചുറ്റും കൂട്ടം കൂടുകയും
ചെയ്തു. അമർത്തിപ്പിടിച്ചു സംസാരിക്കുന്ന അവർക്കിടയിലേക്ക്
മോഹൻദാസ് നടന്നു. അതിദീർഘമായ നിശ്വാസങ്ങളിലൂടെയും പിറു
പിറുപ്പുകളിലൂടെയും അച്ഛൻ തന്റെ സാന്നിധ്യം സദാസമയവും അറിയി
ച്ചുകൊണ്ടിരിക്കുന്നതാണ്. അരികെയുള്ളതാരാണെന്നു നോക്കാതെ എല്ലാ
വരെയും ഉണ്ണി എന്ന് അച്ഛൻ സംബോധന ചെയ്തു. അവ്യക്തമായ ഭാഷ
യിൽ അച്ഛൻ അവരുടെ മുന്നിൽ തന്റെ ജീവിതം തുറന്നുവച്ചു. കല്ക്കത്ത
യിൽ ഹൗറാസ്റ്റേഷൻ മുതൽ ഗുഡ്സ്ട്രെയിനിൽ നടത്തിയ ഏകാന്തയാ
ത്രകൾ വരെ അച്ഛൻ കൂടെയുള്ളവരോടു പറഞ്ഞു. കുറച്ചു നാളായിട്ടേ
യുള്ളൂ അച്ഛൻ പറയുന്നതൊന്നും തിരിയാതായിട്ട്. അപ്പോഴും ഇട
യ്ക്കൊക്കെ ചില വിശേഷശബ്ദങ്ങൾ പുറപ്പെടുവിച്ച് തന്റെ സാന്നിധ്യ
മറിയിച്ചു കൊണ്ടിരുന്നു.

"നീ ഇതെവിടെയായിരുന്നു മോഹനാ. അച്ഛന്റെ നിർത്താതെയുള്ള
നിലവിളികേട്ട് വടക്കേലെ സുധർമ്മയാ വിവരം അറിയിച്ചത്. ഞാൻ
ചേട്ടനേം കൂട്ടി ഓടിപ്പിടിച്ച് വന്നപ്പോഴേക്കും മിറ്റം മുഴുവൻ ആളും പെരു
മായിരുന്നു!" ചേച്ചി പറഞ്ഞു.

ചേച്ചി വേറെന്തൊക്കൂടി പറയാൻ ശ്രമിച്ചെങ്കിലും അധികം കഴിയാതെ
ഏങ്ങലടിച്ചുനിന്നു.

മോഹൻദാസ് പെരുവിരലേലൊന്നെഴുന്ന് അച്ഛനെ നോക്കി. മുന്നിൽ
നില്ക്കുന്ന ആൾക്കാരെ വകഞ്ഞുമാറ്റി അച്ഛനരികിലെത്തി. മൂത്രതടസ്സ

മുണ്ടായിരുന്നതിനാൽ ഡോക്ടർ ഘടിപ്പിച്ച ബാഗ് ഇളകിത്തെറിച്ച് നില
ത്തുകിടക്കുന്നു. കിടക്കവിരിയും വാട്ടർബെഡ്ഡുമൊക്കെ നിലത്തുവീണ
സ്ഥിതിക്ക് അച്ഛനും നിലത്തു വീണിട്ടുണ്ടാകണം.

അയൽക്കാരും പരിചിതരുമായ ചിലർ വന്നു കൈപിടിച്ചും തോളിൽ
തട്ടിയും അവരുടെ ദുഃഖം രേഖപ്പെടുത്തി. പതുക്കെ നടന്ന് ചേട്ടനും ചേച്ചി
ക്കുമരികെ മോഹൻദാസ് ചെന്നു. ഭാര്യ അവർക്കരികെ നില്ക്കുന്നു. ആരും
ആരും യാതൊന്നും സംസാരിക്കുന്നുണ്ടായിരുന്നില്ല.

"നീ വന്നല്ലോ എന്നു കരുതിയതുകൊണ്ടാ ഞാൻ രാവിലെ വരാ
നല്പം വൈകിയത്. ഇങ്ങനെയൊന്നും വരുമെന്ന് നമുക്ക് കരുതാനാവി
ല്ലല്ലോ." ചേട്ടൻ.

"ഒരർത്ഥത്തിൽ അച്ഛൻ ഇങ്ങനെ കിടന്നു നരകിക്കുന്നത് ഇനി കാണ
ണ്ടല്ലോ." ചേച്ചി.

"കുറച്ചൊന്നുമല്ലല്ലോ വേദന തിന്നുന്നത്? ഒരു നിമിഷംപോലും ഒരി
ടത്ത് വെറുതെയിരിക്കാത്ത ആളാ. എത്ര നാളെന്നു കരുതീട്ടാ ഇങ്ങനെ
ഒരേ കിടപ്പു കിടക്കുന്നത്." സുധർമ്മ.

"ജാനകി പോയിടത്തേക്ക് എനിക്കും പോകാറായെന്നാ അളിയൻ
കഴിഞ്ഞ തവണ കണ്ടപ്പോൾ എന്നോടു പറഞ്ഞത്." അമ്മാവൻ.

"അപ്പോൾ കർമ്മം തുടങ്ങാം." കരയോഗം പ്രസിഡന്റ്.

ഇളയത് മോഹൻദാസാണ്. കിണറ്റുകരയിൽനിന്നു രണ്ടുമൂന്നു തൊട്ടി
വെള്ളം തലവഴി കോരിയൊഴിച്ചു. ഓലവാലെ നനഞ്ഞ് അച്ഛന്റെ ശവദാ
ഹകർമ്മങ്ങൾ നടത്തി.

ചന്ദനക്കട്ടകൾ വിറകുകൊള്ളിക്കൊപ്പം എരിഞ്ഞു.

പരിസരമാകെ സുഗന്ധം.

നോക്കിനില്ക്കെ ചാരത്തിൽനിന്നും പുകച്ചുരുളുകൾ പതുക്കെപ്പ
തുക്കെ ഇല്ലാതായി. അച്ഛന്റെ ചിത കെട്ടടങ്ങി.

മോഹൻദാസ് വീട്ടിലേക്കു നടന്നു. വരാന്തയിൽ ഭാര്യക്കരികെ മക്കൾ
മൂന്നുപേരും.

മറ്റെല്ലാവരും യാത്ര പറഞ്ഞു പിരിഞ്ഞു കഴിഞ്ഞിരുന്നു.

ഭാര്യ മക്കൾക്കു ഭക്ഷണം വിളമ്പി. ചൂടുകഞ്ഞിയും ചുട്ട മുളകു ചമ്മ
ന്തിയും കഴിച്ച് അവർ പായവിരിച്ചു കിടന്നു. പാത്രം കഴുകി വെടിപ്പാക്കി
വച്ച ശേഷം ഭാര്യ മക്കൾക്കരികിലെത്തി. അവൾ മേലേക്കുനോക്കി ഒരു
നിമിഷം പ്രാർത്ഥിച്ചുനിന്നു. പലതവണ വിളിച്ചെങ്കിലും മോഹൻദാസിന്
വരാന്തയിൽ അച്ഛൻ ഇരിക്കാറുണ്ടായിരുന്ന കസേരയിൽനിന്നും എണീ
ക്കാൻ തോന്നിയില്ല. മെഴുക്കുപുരണ്ട കസേരയിൽ അച്ഛനെക്കുറിച്ചുള്ള
ഓർമ്മകളിൽ മോഹൻദാസ് ഇരുന്നു.

ക്ഷേത്രത്തിൽനിന്നുള്ള വഴിയിലൂടെ നടന്നുപോകുന്നവർ. അവർക്ക്
വെളിച്ചം പകരുന്ന ചൂട്ടുകറ്റകൾ. മോഹൻദാസ് ജനാലയ്ക്കരികിൽനിന്ന്
അകത്തേക്കു നോക്കി. ക്ഷീണിച്ചുറങ്ങുന്ന കുട്ടികൾ. അവർക്കരികെ ഭാര്യ.
അവൾ എന്തൊക്കെയോ ഓർമ്മകളുടെ പരവേശത്തിൽ തിരിഞ്ഞും

മറിഞ്ഞും കിടക്കുന്നുണ്ട്.

"നീ ഇങ്ങനെയായാൽ ഈ കുട്ടികളെ എങ്ങനെ വളർത്തും. വീട്ടു കാരോടൊക്കെ പിണങ്ങി നിന്നെമാത്രം വിശ്വസിച്ച് കൂടെയിറങ്ങിവന്ന നിന്റെ ഭാര്യ. അവൾ മാത്രം ഈ കുട്ടികളെ എങ്ങനെ പോറ്റും മോഹനാ, നീ ജീവിതത്തോട് കുറച്ചുകൂടി ഉത്തരവാദിത്വം കാണിക്കണം."

യാതൊരു മുന്നറിയിപ്പുമില്ലാതെ നടത്തിയ ഒരു നീണ്ട യാത്രയ്ക്കു ശേഷം തിരിച്ചു വീട്ടിലെത്തിയ രാത്രിയിലാണ് അച്ഛൻ ഇങ്ങനെ പറഞ്ഞത്. അതേ ശബ്ദത്തിൽ അച്ഛൻ ആ വാക്യങ്ങൾ ആവർത്തിക്കുന്നതായി മോഹൻദാസിനു തോന്നി.

പുറത്ത് ആരോ നടന്നകലുന്ന ശബ്ദം. മോഹൻദാസ് വീടുവിട്ടിറങ്ങി. വല്ലാത്തൊരു നീറ്റൽ അകമേ നീറിപ്പിടിക്കുന്നു. അച്ഛന്റെ ജീവൻ വീടുവി ട്ടിറങ്ങുമ്പോൾ തന്റെ ശരീരം കാമനകളാൽ ചുട്ടുപഴുക്കുകയായിരുന്നെന്ന് ഓർത്തതോടെ നടപ്പിന്റെ വേഗം കൂടി.

അജ്ഞാതമായ താഴ്വരകളിലൂടെയും അനിശ്ചിതമായ രാത്രികളി ലൂടെയും നടന്നു. പാദങ്ങൾ ഉരഞ്ഞു മുറിയുന്നതോ നഖമിളകി വീഴു ന്നതോ മോഹൻദാസ് അറിഞ്ഞില്ല.

(കലാകൗമുദി)

ഒമ്പതാം ഉത്സവം

കഥ നളചരിതം. നായകൻ കലാമണ്ഡലം ഗോപി. പിന്നണിയിൽ കലാമണ്ഡലം ഹരിദാസ്.

ഇത്രയും അറിഞ്ഞപ്പോൾ മുതൽ അനന്തരാമൻ ആ ദിവസത്തിനു വേണ്ടി കാത്തിരുന്നു.

പറയെടുപ്പും കഥാപ്രസംഗവും ഓട്ടൻതുള്ളലും ബാലെയും നാട കവുമൊക്കെയായി കൊടിയേറ്റം മുതൽ നാടുണർന്നു. ഓരോ കണ്ണുക ളിലും ആളുന്ന നക്ഷത്രങ്ങളെ അനന്തരാമൻ കണ്ടു. പുതുവസ്ത്രത്തിന്റെ സുഗന്ധം. വഴുക്കുന്ന വരമ്പുകളിൽ നെല്ലോലയുടെ അരം പല കണങ്കാ ലുകളിൽ ചുവന്നരേഖ സൃഷ്ടിക്കുകയാവുമെന്ന് അനന്തരാമൻ സങ്കല്പി ച്ചു. ആ രേഖയിലൊന്നെങ്കിലും കോറിയിടാൻ ഒരു നെല്ലോലയായെങ്കി ലെന്നും.

സ്വപ്നജീവിയെന്ന് മറ്റുള്ളവർ വിളിക്കുന്നതു കേൾക്കുമ്പോൾ അന ന്തരാമൻ മനസ്സിൽ ഇങ്ങനെ പറയും:

"ന്റാശാനേ, ഈ സ്വപ്നം കാണാനുള്ള ശേഷികൂടി ഇല്ലായിരുന്നെ ങ്കിൽ ഞാനെന്നേ ആത്മഹത്യ ചെയ്യുമായിരുന്നു."

വീട്ടിലേക്ക് നടക്കുമ്പോൾ അനന്തരാമൻ ആലോചിച്ചു.

എന്നാണ് ഒരു നളനാവുക. എന്നാണ് ദമയന്തിയുടെ ചിലങ്കയുടെ ഒച്ച തന്റെ ഇടനാഴിയെ മുഖരിതമാക്കുക.

അനന്തരാമൻ വീട്ടിലേക്കു നടക്കുമ്പോൾ നല്ല വെയിൽ വീണു തുട ങ്ങിയിരുന്നു.

എതിരെ ദമയന്തി!

യാതൊന്നും മിണ്ടാതെ ദമയന്തി വരമ്പിലൂടെ നടന്നകലുന്നത് നോക്കി അനന്തരാമൻ അങ്ങനെ നിന്നു.

വെയിൽ കനത്തിട്ടും അനന്തരാമൻ അതേ നില്പു തുടർന്നു.

എട്ടാം ഉത്സവവും കഴിഞ്ഞു. അനന്തരാമൻ അടുത്ത പ്രഭാതത്തിൽ ബ്രാഹ്മമുഹൂർത്തത്തിൽത്തന്നെ ഉണർന്നു. ക്ഷേത്രക്കുളത്തിലെത്തി നീന്തിക്കുളിച്ചു. കൊടിമരച്ചുവട്ടിലെത്തി. കണക്കുതെറ്റാതെ ഉരുണ്ടു. "ഭഗ വാനെ, രക്ഷിക്കണേ." അനന്തരാമൻ മനസ്സുരുകി പ്രാർത്ഥിച്ചു. ചിലങ്ക കെട്ടിയ ഒരു നിഴൽ അപ്പോൾ തെളിഞ്ഞു വരുന്നതുപോലെ അനന്തരാ മന് തോന്നി.

സന്ധ്യയായി. കേളികൊട്ടു തുടങ്ങിയപ്പോൾത്തന്നെ അനന്തരാമൻ അത്താഴം കഴിച്ച് പുറത്തേക്കിറങ്ങി. ചുട്ടിത്തോർത്തെടുത്ത് തോളത്തിട്ടു. നാലും കൂട്ടി മുറുക്കി ഇമ്പത്തിൽ വരിക്കോലിൻ കാവിനരികിലൂടെ നടന്നു പ്രധാന വഴിയിലെത്തി. പിന്നെ ഇടത്തോട്ടുനടന്നു. കുറേനേരം അനന്ത രാമൻ വരിക്കോലിൻ കാവിനുള്ളിലെ കുര്യാലയിലേക്കും, അതിനരികെ എഴുന്നുനിന്ന കാഞ്ഞിരമരത്തിലേക്കും നോക്കിനിന്നു.

നളൻ നിറഞ്ഞാടി. ദമയന്തിയുടെ കണ്ണുകളിലെ തിരമാല കണ്ട് നളൻ ഭൂമിയോളം വളരുന്നതുപോലെ അനന്തരാമന് തോന്നി.

തിരിഞ്ഞു നോക്കുമ്പോൾ പ്രദക്ഷിണവഴിയിൽ ദമയന്തി.

അവൾക്കൊപ്പം നളൻ.

വീട്ടിലെത്തുമ്പോൾ നളപാകം.

അനന്തരാമന് ഉറങ്ങാൻ കഴിഞ്ഞില്ല.

എങ്ങനെ ഉറങ്ങാനാണ്?

(ചുനക്കര ക്ഷേത്രം ഉത്സവപ്പതിപ്പ്)

ക്ലബ് സോഡ

കേരളഹൗസിൽ മൂന്നു ആത്മസുഹൃത്തുക്കൾ കണ്ടുമുട്ടി. മുൻകൂട്ടി നിശ്ചയിച്ച സമയത്തുതന്നെ അവർ എത്തിച്ചേർന്നു. ഹസ്തദാനത്തിനും കുശലങ്ങൾക്കുംശേഷം അവർ എയർകണ്ടീഷൻ ചെയ്ത മുറിയിലേക്കു പ്രവേശിച്ചു. അവിടെ തിരക്കൊട്ടും ഉണ്ടായിരുന്നില്ല. വലതുവശത്തെ മേശ യ്ക്കിരുപുറവുമുള്ള കസേരകളിൽ ഒരു യുവാവും യുവതിയും കാതോടു കാതോരം സംസാരിച്ചുകൊണ്ടിരിക്കുന്നു. അവർ ആഗതരെ ശ്രദ്ധിച്ചതേ യില്ല.

മൂന്നു സുഹൃത്തുക്കളും എന്തൊക്കെയോ പറയാൻ ആയുന്നതായി അവരുടെ മുഖഭാവം വ്യക്തമാക്കുന്നുണ്ട്. പക്ഷേ, ആരാദ്യം പറയും എന്ന മട്ടിൽ അവർ ഇരുപ്പു തുടർന്നു. അതിനിടയിൽ വെയിറ്റർ വന്നു.

രാത്രി ഒൻപതു മണി.

ബില്ലൊടുക്കിയശേഷം മൂന്നു സുഹൃത്തുക്കളും പുറത്തേക്കിറങ്ങി. ചാറ്റമഴ ചെരിഞ്ഞും ഇടയ്ക്ക് നൂർന്നും പെയ്യുന്നുണ്ട്. കാറ്റ് കെട്ടിടങ്ങൾക്കി ടയിലൂടെ ഗതാഗതം ചെയ്ത് അവരെ കടന്നുപോയി. ബിവറേജസിനു മുന്നിൽനിന്നും കക്ഷത്തിങ്കലിടുക്കിയ കുപ്പികളുമായി നാലു ചെറുപ്പക്കാർ ഒരു ബൈക്കിൽ കുതിച്ചു പായുന്നു. തണുപ്പിനുള്ള വിഭവം ആശിക്കുന്ന വരെ തിരയുന്ന കരിമിഴികൾ ഇരുട്ടിൽനിന്നും വെളിച്ചത്തിലേക്ക് എത്തി നോക്കി.

ഇതൊന്നും ഗൗനിക്കാതെ മൂന്നു സുഹൃത്തുക്കളും ജനറൽ ഹോസ് പിറ്റൽ റോഡിലൂടെ താഴോട്ടു നടന്നു. മധ്യേയിങ്ങനെ കാണാകുന്ന പൊല പ്പൻ ബാറിലേക്ക് അവർ ഇരച്ചുകയറിയില്ല. മറിച്ച് തിക്കും പൊക്കും നോക്കി പരിചിത ശത്രുക്കളൊരുമില്ല എന്നുറപ്പാക്കി. വെക്കം ബാറിന്റെ ഇടനാഴിയിലൂടെ നടന്ന് അകത്തു പ്രവേശിച്ചു.

ഒരേ ബ്രാൻഡ്.

ഒരേ സ്നാക്സ്.

ക്ലബ് സോഡ.

ഒടുവിൽ അവരുടെ വർത്തമാനവും പൊട്ടിച്ചിരിയും പുറത്തു കേൾ
ക്കാതിരിക്കാൻ ബാർബോയ് ടെലിവിഷൻ ഓൺ ചെയ്തു. ഫാഷൻ
ചാനൽ മാറ്റി സ്പോർട്സ് ചാനൽവച്ചു. സാനിയ മിർസയുടെ കളിയുടെ
പുനഃസംപ്രേഷണം.

"ഹാ! എന്തര് ഞെരിപ്പൻ തണുപ്പ്." ഒറ്റയ്ക്കിരുന്ന 'മദ്യയുവാവ്'
കസേരയിൽ ഒന്നിളകിയിരുന്നു. അടുത്ത ടേബിളിലെ ഒറ്റയാനായ വൃദ്ധൻ
ചുണ്ടിന്റെ ഒരുവശം കൊണ്ടൊന്നു ചിരിച്ചു. അനാഗതശ്മശ്രുവായ ഒരു
വൻ ടെലിവിഷനിൽനിന്നും സാനിയയെ പിടിച്ചിറക്കി മനസ്സിലിട്ടു തിരുമ്മി.

മൂന്നു സുഹൃത്തുക്കൾക്കും ഒരേ പൂതി. ഒന്നു പുകയൂതി വായുമലി
നീകരണം, ശ്വാസകോശമലിനീകരണം എന്നീ പ്രക്രിയകളിൽ ഏർപ്പെ
ടണം. ബില്ലൊടുക്കി ബാറിന്റെ വാതിലിൽ നിന്ന റീട്ടെയിലുകാരനിൽ
നിന്നും അവർ ഒരു സിഗരറ്റ് മാത്രം വാങ്ങി. കൂടെ ഒരു താറാമുട്ടയും.
കൂട്ടത്തിൽ ഒരാൾക്ക് പൈൽസ് അതികലശലായിരുന്നു.

അവർ സ്റ്റാച്യുവിലേക്കു നടന്നു. മാധവരായരെ നോക്കി അവർ ഏറെ
നേരം പൊട്ടിച്ചിരിച്ചു. സെക്രട്ടേറിയറ്റിലേക്കു നോക്കിയും. വായുവേഗേന
പോയ മന്ത്രിയുടെ വെള്ളനിറമുള്ള കാറിലേക്കു നോക്കിയും അവർ പൊട്ടി
ച്ചിരിച്ചു. അവിടെ വന്നിറങ്ങിയ കന്റോൺമെന്റ് സി ഐ കോൺസ്റ്റബി
ളിനെ വിട്ടു കാര്യം തിരക്കി. പൊട്ടിച്ചിരിച്ചതിന്റെ പേരിൽ കേസ് ചാർജ്
ചെയ്യാനാവില്ലെന്നു ഹെഡ് കോൺസ്റ്റബിൾ യുവസർക്കിൾ ഏമാനെ അറി
യിച്ചു. എങ്കിൽ രണ്ടു പെടയായാലോ എന്ന് സർക്കിൾ. വിരഹിണിയായ
ഭാര്യ തക്ക സമയത്ത് ഏമാനെ വിളിച്ചതിനാൽ പെടവട്ടംതല്ലുംപോലെ
ജീപ്പ് തിരിഞ്ഞു. വീട്ടിൽ ചെന്നിട്ടും പെടയാകാമെന്നു സർക്കിൾ നിശ്ചയി
ച്ചിട്ടുണ്ടാകണം.

ഒടുവിൽ ആത്മസ്നേഹിതന്മാർ യാത്ര പറഞ്ഞു. ഒന്നാമൻ വഴുത
ക്കാട്ടേക്കും രണ്ടാമൻ കിഴക്കേക്കോട്ടയ്ക്കും മൂന്നാമൻ കുറവൻകോണ
ത്തിനും നടന്നു.

പിന്നെ കരഞ്ഞു.

പക്ഷേ, മുടിയിട്ടുലച്ചില്ല.

(ഗൾഫ് ചോയ്സ്)

പൂച്ച

മകൾ പൂച്ചയെ വേണമെന്നു ശാഠ്യം പിടിച്ചു. അച്ഛൻ മറുപടി പറ
യാതെ ഒഴിഞ്ഞുമാറി.

"നല്ല വെളുത്തൊരു പൂച്ച. അത് കിട്ടാതെ ഞാൻ പാല് കുടിക്ക
ത്തില്ല. ദോശേം തിന്നത്തില്ല!"

അതിനു അച്ഛൻ മറുപടി പറഞ്ഞില്ല.

അമ്മ നിർബ്ബന്ധിച്ചപ്പോൾ മകൾ ദോശ തിന്നു. പാലു കുടിച്ചില്ല.

അങ്ങനെ സന്ധ്യയായി.

ഉഷ്ണം സഹിക്കാനാവാതെ അച്ഛനും അമ്മയും മകളും ടെറസി
ലെത്തി.

വീട്ടുകാര്യങ്ങളും നാട്ടുകാര്യങ്ങളും ബന്ധുക്കളുടെ വിശേഷങ്ങളും
പറഞ്ഞ് അച്ഛനും അമ്മയും ടെറസിലൂടെ നടന്നു.

ഇടയ്ക്കിടെ മകൾ ഇടപെട്ടു.

"അമ്മേ, എനിക്കു വെളുത്ത പൂച്ചേ വേണം."

"അച്ഛാ, എനിക്ക് വെളുത്ത പൂച്ചേ വേണം."

അച്ഛനും അമ്മയും പരസ്പരം നോക്കി.

"ഫ്ളാറ്റിൽ പൂച്ചയെ വളർത്താൻ എങ്ങനെ പറ്റും എന്റെ മോളെ–"
അമ്മ ചോദിച്ചു.

മകൾ പിണങ്ങി.

ഇരുട്ടായി.

അച്ഛനും അമ്മയും മകളും ഫ്ളാറ്റിലെ കനലിലേക്ക് തിരിച്ചെത്തി.
തീൻമേശയിൽ നോക്കുമ്പോഴുണ്ട് കാച്ചിവച്ച പാല് നക്കിക്കുടിച്ചുകൊ
ണ്ടൊരു വെളുത്ത പൂച്ച.

അമ്മ ചൂലെടുത്തു.

അച്ഛന്‍ കസേര പൊക്കി.

മകള്‍ പഞ്ചസാരപ്പാത്രവും.

അവള്‍ പാലിലേക്ക് പഞ്ചസാര തൂവി.

പൂച്ച രുചിയോടെ പാലു മൊത്തി മൊത്തി കുടിച്ചു.

എന്തു ചെയ്യണമെന്നറിയാതെ അച്ഛന്‍. കലിപിടിച്ച് അമ്മ.

ആനന്ദത്തോടെ മകള്‍.

പാലു കുടിച്ച്, ചുണ്ടു നക്കി പൂച്ച വന്ന വഴിയിലൂടെ പുറത്തേ ക്കിറങ്ങി. വാലും പുറത്തേക്കു വലിച്ചു കഴിഞ്ഞപ്പോള്‍ പൂച്ച വിടവിലൂടെ മകളെ തിരിഞ്ഞുനോക്കി. 'മ്യാവൂ... മ്യാവൂ...' മകള്‍ ഉറക്കത്തില്‍ അന്നു രാത്രി പലതവണ ചിരിക്കുന്നത് അച്ഛനും അമ്മയും കണ്ടു.

(മാധ്യമം ആഴ്ചപ്പതിപ്പ്)